പുസ്തകം 7

കെ എ കേരളീയൻ

k a keraleeyan

•

dr. k k n kurupu

•

first edition
june 2015

•

published
chintha publishers, thiruvananthapuram

•

typesetting
star communications, thiruvananthapuram

•

•

cover
vinod

•

വിതരണം

ദേശാഭിമാനി ബുക്ക് ഹൗസ്

H O തിരുവനന്തപുരം-695 035
Ph: 0471-2303026, 6063020
www.chinthapublishers.com
chinthapublishers@gmail.com

ബ്രാഞ്ചുകൾ

ഹെഡ്ഡാഫീസ് ബ്രാഞ്ച് കുന്നുകുഴി • സ്റ്റാച്യൂ തിരുവനന്തപുരം • കെ എസ് ആർ ടി സി ബസ് സ്റ്റേഷൻ ആലപ്പുഴ • കെ എസ് ആർ ടി സി ബസ് സ്റ്റേഷൻ എറണാകുളം • ചിറ്റൂർ റോഡ് എറണാകുളം • മച്ചിങ്ങൽ ലെയ്ൻ തൃശൂർ • ഐ ജി റോഡ് കോഴിക്കോട് • കെ എസ് ആർ ടി സി ബസ് സ്റ്റേഷൻ കോഴി ക്കോട് • എൻ ജി ഒ യൂണിയൻ ബിൽഡിങ് കണ്ണൂർ • സെൻട്രൽ ബസ് ടെർമി നൽ കോംപ്ലക്സ് താവക്കര കണ്ണൂർ

CO - NS 7 / 2217 / 3691

കെ എ കേരളീയൻ

ഡോ. കെ കെ എൻ കുറുപ്പ്

ചിന്ത പബ്ലിഷേഴ്സ്
തിരുവനന്തപുരം-695 035

വില: ₹ 65

ഡോ. കെ കെ എൻ കുറുപ്പ്

1939 ൽ ജനനം. ചരിത്രകാരനും ഗവേഷകനും. കാലിക്കറ്റ് സർവ്വകലാശാലയുടെ മുൻ വൈസ് ചാൻസലർ. കേരള സർക്കാരിന്റെ സാംസ്കാരിക വകുപ്പിനു കീഴിലുള്ള തൃപ്പുണിത്തുറയിലെ സെന്റർ ഫോർ ഹെറിറ്റേജ് സ്റ്റഡീസിന്റെ മുൻ ഡയറക്ടർ ജനറൽ. കെ ദാമോദരൻ അവാർഡ്, ടി കെ രാമകൃഷ്ണൻ അവാർഡ്, അബുദാബി ശക്തി അവാർഡ്, എം ഇ എസ് കമ്യൂണൽ ഹാർമണി അവാർഡ് ഷെയ്ക്ക് സെയ്നുദ്ദീൻ മഗ്ദും (Makhdoom) അവാർഡ്, കൊച്ചുണ്ണി പണിക്കർ തുടങ്ങിയ അവാർഡുകൾ നേടിയ ചരിത്രകാരൻ.

ഇന്ത്യൻ കൗൺസിൽ ഓഫ് ഹിസ്റ്റോറിക്കൽ റിസർച്ചിലെ ഫെലോ ആണ്. 1991 ൽ ധാർവാനിൽ സമ്മേളിച്ച സൗത്ത് ഇന്ത്യൻ ഹിസ്റ്ററി കോൺഗ്രസിന്റെ ജനറൽ പ്രസിഡന്റും 1993 ൽ മൈസൂറിൽ ചേർന്ന ഇന്ത്യൻ ഹിസ്റ്ററി കോൺഗ്രസിന്റെ പ്രസിഡന്റും ആയിരുന്നു.

1981 ൽ സാമൂഹ്യ ശാസ്ത്രത്തിൽ മലയാളത്തിലെ നല്ല കൃതിക്കുള്ള കെ ദാമോദരൻ അവാർഡും 2010 ൽ അബു ദാബി ശക്തിയുടെ ടി കെ രാമകൃഷ്ണൻ സമ്മാനവും നേടി.

മലയാളത്തിലും ഇംഗ്ലീഷുമായി നാല്പതിലേറെ ഗ്രന്ഥങ്ങൾ രചിച്ചിട്ടുണ്ട്. വടകരയിൽ മലബാർ ഇൻസ്റ്റിറ്റ്യൂട്ട് ഫോർ റിസർച്ച് & ഡെവലപ്മെന്റ് (2002) സ്ഥാപിച്ച് ഗവേഷണ പ്രവർത്തനങ്ങൾക്ക് നേതൃത്വം നല്കിയിരുന്നു.

വിലാസം   : ചോമ്പല പി ഒ
                      വടകര, കോഴിക്കോട്
ഫോൺ   : 9747002929

ഉള്ളടക്കം

കെ എ കേരളീയൻ

(1910 – 1994)

പ്രസാധകക്കുറിപ്പ്

ഇന്നത്തെ കേരളം ഒരു സുപ്രഭാതത്തിൽ ഉണ്ടായതല്ല. സഹസ്രാ ബ്ദങ്ങളുടെ ചരിത്രമുണ്ട് അതിന്. ഇരുപതാം നൂറ്റാണ്ടിന്റെ പകുതിവരെ ജന്മിനാടുവാഴിത്തത്തിന്റെ അധീശത്വവും അധികാരവുമാണ് കേരളത്തി ലുണ്ടായിരുന്നത്. വ്യവസായവല്ക്കരണവും യുക്തിചിന്തയും കേരളീയ ജീവിതത്തിൽ വിവിധകാലങ്ങളിൽ ഗണനീയമായ പരിവർത്തനമുണ്ടാ ക്കിയിട്ടുണ്ട്. വിദേശീയരുമായുള്ള കേരളീയരുടെ സമ്പർക്കം ആരംഭി ച്ചത് ആയിരക്കണക്കിന് വർഷങ്ങൾക്കുമുമ്പാണ്. കേരളത്തിന്റെ സുഗ ന്ധദ്രവ്യങ്ങൾക്കുവേണ്ടിയുള്ള മത്സരം യൂറോപ്യന്മാരുടെ ഭൂപരമായ കണ്ടെത്തലുകൾക്ക് കാരണമായിരുന്നു. ബി സി 3000 മുതൽ സുഗന്ധ ദ്രവ്യങ്ങൾക്കുവേണ്ടിയുള്ള ഈ പര്യവേക്ഷണങ്ങൾ ആരംഭിച്ചിരിക്കണം. സഹ്യപർവ്വതത്തിന്റെ പടിഞ്ഞാറുഭാഗത്തായി മലനിരകളും ഇടനാടും സമതലവും ചേർന്ന ഈ പ്രദേശം എക്കാലത്തും വ്യത്യസ്തമായ ഒരു പ്രദേശമായിരുന്നു. നാനാജാതിമതങ്ങൾക്ക് താവളവും അഭയവുമായി രുന്നു കേരളം.

ആധുനിക കേരളത്തിന്റെ ഭാവരൂപങ്ങൾ രൂപപ്പെടുത്തിയ അനേകം മഹാവ്യക്തിത്വങ്ങളുണ്ട്. അവർ ജീവിച്ച കാലഘട്ടവുമായി സംഘർഷ ത്തിലേർപ്പെട്ട് ഉയർന്നുവന്നവരാണവർ. അവരിൽ ഭരണാധികാരികളുണ്ട്, കലാകാരന്മാരുണ്ട്, സാഹിത്യകാരന്മാരുണ്ട്, ദാർശനികരും രാഷ്ട്രമീമാം സക്കാരുമുണ്ട്.

ഒരു കാര്യം സുവ്യക്തമാണ്. ഇന്ത്യാ രാജ്യത്തിന്റെ ഏറ്റവും തെക്കെ അറ്റത്തുള്ള ഈ ഭൂപ്രദേശം നീതിമാന്മാരെ വരിക്കാൻ എല്ലായ്പ്പോഴും സന്നദ്ധമായിട്ടുണ്ട്. മഹാബലിയെ സ്വന്തം രാജാവായി വരിക്കാൻ മല യാളദേശം സന്നദ്ധമായെന്ന കഥ തീർച്ചയായും നീതിമാന്മാരെ അംഗീ

കരിക്കുന്ന ഒരു ജനസംസ്കാരത്തിൽ നിന്നുള്ള ഉപലബ്ധിയാണ്. നീതി ക്കുവേണ്ടിയുള്ള ഈ ദാഹത്തിൽ നിന്നാണ് കേരളം വിദേശവാഴ്ച യ്ക്കെതിരെ ആയുധമെടുത്തത്, പിന്നീട് സ്വന്തം മനസ്സുകളുടെ ഇരുൾ ക്കയങ്ങളിലേക്ക് നൂതനചിന്തയുടെയും, സമരത്തിന്റെയും പ്രകാശരശ്മി കൾ ഏറ്റുവാങ്ങിയത്. നവോത്ഥാനത്തിലേക്ക് കേരളം നയിക്കപ്പെട്ടത് ഇങ്ങനെയാണ്.

ഇരുപതാം നൂറ്റാണ്ടിലെ കേരളം തിളച്ചുമറിയുന്ന ഒരു പാത്രം പോലെയായിരുന്നു. രാഷ്ട്രീയമുന്നേറ്റങ്ങളും പോരാട്ടങ്ങളും കേരളീയ ജീവിതത്തിന്റെ സ്വാഭാവികമായ അവസ്ഥയായി മാറി. പഴമയുടെ കാവൽക്കാരായ നാടുവാഴി-ഭൂപ്രഭുവർഗ്ഗത്തിനെതിരെ മാനസികവും ഭൗതികവുമായ പോരാട്ടങ്ങളുണ്ടായി. ഇത് കേരളീയരുടെ ഭൗതിക ജീവി തത്തെ മാത്രമല്ല, മാനസിക ജീവിതത്തെയും മാറ്റിമറിച്ചു. കവിതയിലും (സാമാന്യമായി സാഹിത്യത്തിലും) ചിന്തയിലും രാഷ്ട്രീയ പ്രവർത്തന ത്തിലുമെല്ലാം ഈ മാറ്റം പ്രകടമായിരുന്നു.

ഈ പരിവർത്തനങ്ങൾക്ക് രൂപം നല്കിയവരെയാണ് 'നവകേരള ശില്പികൾ' എന്ന പരമ്പരയിലൂടെ ചിന്ത പരിചയപ്പെടുത്തുന്നത്. നമ്മുടെ അറിവും ഉറവും നിർണ്ണയിക്കുന്നതിൽ നവകേരളശില്പികൾ വലിയ പങ്കു വഹിച്ചു. അവരുടെ ചരിത്രം അറിയുന്നത് കേരളീയ ജീവിതം മുന്നോട്ടു കൊണ്ടുപോവുന്നതിനുള്ള ഒരു മുന്നുപാധിയാണ്. നവകേരളശില്പികൾ എന്ന പരമ്പരയിലെ ഓരോ പുസ്തകവും ഈ ദൗത്യം നിർവ്വഹിക്കു ന്നുണ്ട്.

ശ്രീ. പ്രദീപ് പനങ്ങാടാണ് ഈ പരമ്പരയുടെ എഡിറ്റർ. അദ്ദേഹ ത്തിനും പരമ്പരയിലേക്ക് പുസ്തകങ്ങൾ തയ്യാറാക്കുന്ന എഴു ത്തുകാർക്കും ചിന്ത പബ്ലിഷേഴ്സ് കൃതജ്ഞത അറിയിക്കുന്നു.

ചിന്ത പബ്ലിഷേഴ്സ്

കെ എ കേരളീയൻ
കാലത്തിൽ കൊത്തിയ സമരപഥങ്ങൾ

സ്വാതന്ത്ര്യ സമരസേനാനി, കർഷകപ്രസ്ഥാനത്തിന്റെ പോരാളി, സാമൂഹിക പരിഷ്കർത്താവ്, നവോത്ഥാന നായകൻ, എഴുത്തുകാരൻ എന്നിങ്ങനെ വ്യത്യസ്ത മുഖങ്ങളുണ്ട് കെ എ കേരളീയന്. സങ്കീർണ്ണവും സംഘർഷഭരിതവുമായ ഒരു കാലഘട്ടത്തിൽ ജീവിക്കുകയും അതിനു ള്ളിൽ നിന്നുകൊണ്ട് സാമൂഹിക രാഷ്ട്രീയ നവോത്ഥാനത്തിന് നേതൃത്വം നൽകുകയും ചെയ്തു. രാജ്യത്തെക്കുറിച്ചും സമൂഹത്തെപ്പറ്റിയും വ്യക്ത മായ കാഴ്ചപ്പാടുകളും അഭിപ്രായങ്ങളും ചിന്തകളും കേരളീയൻ സൂചി പ്പിച്ചിരുന്നു. ഓരോ പ്രസ്ഥാനങ്ങൾ കെട്ടിപ്പടുക്കുമ്പോഴും അതിന്റെ ശലക്യത്തെക്കുറിച്ചും പ്രവർത്തനങ്ങളെക്കുറിച്ചും ശരിയായ ദിശാ ബോധം സൂക്ഷിച്ചു.

ജന്മി കുടുംബത്തിൽ പിറന്നെങ്കിലും, അതിന്റെ സാമൂഹികമായ അധീശത്വത്തോടും പ്രതിലോമകരമായ ഇടപെടലുകളോടും സാമ്പത്തിക മായ ആധിപത്യത്തോടും പൊരാടിക്കൊണ്ടാണ് കെ എ കേരളീയൻ സാമൂഹിക രാഷ്ട്രീയ പ്രസ്ഥാനങ്ങളിലേക്ക് കടന്നുവരുന്നത്. സാമ്പ ത്തികവും സാമൂഹികവുമായ അതിജീവനത്തിനുവേണ്ടി ശ്രമിക്കുന്ന കർഷകജനതയുടെ സമരനേതൃത്വത്തിലേക്ക് സ്വയം നടന്നുകയറി. വ്യത്യസ്ത രാഷ്ട്രീയ പ്രത്യാഘാതങ്ങൾ സൃഷ്ടിച്ച കർഷകപ്രസ്ഥാ നത്തെ കേരളത്തിന്റെ ചരിത്രത്തിലെ നിർണ്ണായകശക്തിയാക്കി മാറ്റാൻ കേരളീയന് കഴിഞ്ഞു. വിഭിന്ന സാമൂഹിക പ്രസ്ഥാനങ്ങളിലൂടെ കേര ളീയ നവോത്ഥാനത്തിന്റെ ഊർജ്ജവും പ്രകാശവും മലബാറിലാകെ വ്യാപിപ്പിക്കാൻ നേതൃത്വം നൽകി. സാമൂഹിക പരിവർത്തനത്തിനായുള്ള രാഷ്ട്രീയ ഇച്ഛാശക്തി എന്നും സൂക്ഷിച്ചു.

ഉയർന്ന മൂല്യബോധവും ശരിയായ സാമൂഹിക വീക്ഷണവുമുള്ള

ഒരു കമ്യൂണിസ്റ്റിന്റെ പ്രവർത്തനപന്ഥാവിലൂടെയാണ് എന്നും യാത്ര ചെയ്തത്. അധികാരത്തിന്റെ ശീതളഹരായയല്ല, ജനങ്ങളോടൊപ്പമുള്ള ജീവിതമാണ് ആഗ്രഹിച്ചതും നടപ്പാക്കിയതും. ജീവിതപഥങ്ങളിലും സാമൂ ഹികബന്ധങ്ങളിലും ലാളിത്യവും ഊഷ്മളതയും സൂക്ഷിച്ചിരുന്നു.

സമൂഹത്തോട് പ്രതിസ്പന്ദിക്കുന്ന ഒരു എഴുത്തുകാരന്റെ ജാഗ്രത കേരളീയനുണ്ടായിരുന്നു. തന്റെ രാഷ്ട്രീയ പ്രവർത്തനത്തിന്റെ മറ്റൊരു ആവിഷ്കാരമെന്ന നിലയിലാണ് എഴുത്തിനെ കണ്ടത്. ഒരു ജനതയെ സാമൂഹികബോധത്തിലേക്ക് ഉണർത്തുന്ന കവിതകളും പാട്ടുകളും രചി ച്ചു. നാടൻ സംഗീതധാരയുടെ സ്വാധീനം ആ രചനകളിൽ ദീപ്തമായി നിന്നു. അദ്ദേഹത്തിന്റെ സാമൂഹിക പ്രസക്തമായ ലേഖനങ്ങളും കുറിപ്പുകളും ഒരു ചരിത്രരേഖയായി വായിക്കാവുന്നതാണ്.

കെ എ കേരളീയന്റെ ജീവിതത്തെയും സമരങ്ങളെയും സംഭാവന കളെയും കേരളത്തിന്റെ സാമൂഹിക രാഷ്ട്രീയ പരിണാമ പശ്ചാത്തല ത്തിൽ ഇന്ത്യയിലെ പ്രമുഖ ഗവേഷകനും ചരിത്രകാരനുമായ ഡോ. കെ കെ എൻ കുറുപ്പ് പഠിക്കുകയും വിലയിരുത്തുകയും ചെയ്യുന്ന ഒരു കൃതി യാണിത്. ചരിത്രരചനയിൽ മൗലികമായ കാഴ്ചപ്പാടുകൾ പിന്തുടരുന്ന, വ്യക്തമായ സാമൂഹിക വീക്ഷണങ്ങൾ പിന്തുടരുന്ന അദ്ദേഹം കേരളീ യന്റെ വ്യത്യസ്തമായ രാഷ്ട്രീയ സാമൂഹിക ഇടപെടലുകളെ വിശദ മായിത്തന്നെ നിരീക്ഷിക്കുകയും ചരിത്രപരമായ അതിന്റെ പ്രസക്തിയെ അടയാളപ്പെടുത്തുകയും ചെയ്യുന്നുണ്ട്. കെ എ കേരളീയൻ എന്ന നവോ ത്ഥാന നായകനെ വീണ്ടും അറിയാനും വായിക്കാനുമുള്ള ശരിയായ ദിശാസൂചകമാണ് ഈ കൃതി തരുന്നത്. 'നവകേരളശില്പികൾ' പരമ്പ രയിൽ ഡോ. കെ കെ എൻ കുറുപ്പ് പങ്കെടുക്കുന്നതിനെ അഭിമാന ത്തോടെ കാണുന്നു. സ്നേഹാദരങ്ങൾ സമർപ്പിക്കുന്നു.

പ്രദീപ് പനങ്ങാട്
എഡിറ്റർ
നവകേരളശില്പികൾ
ജീവചരിത്ര പരമ്പര.

ആമുഖം

കഴിഞ്ഞ നൂറ്റാണ്ടിലെ, ഇന്ത്യൻ ദേശീയ പ്രസ്ഥാനത്തിലേക്കും കാർഷിക സമൂഹത്തിന്റെ വർഗ്ഗസംഘടനാപരമായ നേതൃത്വത്തിലേക്കും കേരളത്തിന്റെ വിലപ്പെട്ട സംഭാവനയായിരുന്നു കെ എ കേരളീയൻ. അഥവാ കടയപ്രത്തു കുഞ്ഞപ്പനമ്പ്യാർ. ദേശീയ പ്രസ്ഥാനത്തിലെ പല നേതാക്കന്മാരെയുംപോലെ കേരളീയന് ആധുനിക വിദ്യാഭ്യാസപാര മ്പര്യം അവകാശപ്പെടാൻ കഴിഞ്ഞിരുന്നില്ല. എങ്കിലും അദ്ദേഹത്തിനു ദേശീയ പ്രസ്ഥാനം നടപ്പിലാക്കിയ തഞ്ചാവൂർ കോളേജിൽനിന്നുള്ള പര മ്പരാഗതമായ സംസ്കൃതവിദ്യാഭ്യാസവും പിന്നീട് 1926 കൾക്കുശേഷം കാഞ്ഞങ്ങാട് വിജ്ഞാന ദായിനി സ്കൂളിൽനിന്നുള്ള ദേശീയ വിദ്യാഭ്യാ സവും ലഭിച്ചിരുന്നു. അദ്ദേഹത്തിന്റെ അച്ഛൻ ആഗ്രഹിച്ചിരുന്നത് മകൻ ഒരു ജ്യോതിഷപണ്ഡിതനായിത്തീരണം എന്നായിരുന്നു. എന്നാൽ ഒരു ജനസമൂഹത്തിന്റെ കണ്ണിലുണ്ണിയായിട്ടായിരുന്നു ദേശീയപ്രസ്ഥാന ത്തിന്റെ വഴികളിലൂടെ ആ ജീവിതം രൂപപ്പെട്ടത്.

കേരളത്തിലെ കർഷകസംഘത്തിന്റെയും കമ്യൂണിസ്റ്റ് പ്രസ്ഥാന ത്തിന്റെയും സാരഥികളിലൊരാളായി അദ്ദേഹത്തിനു മാറുവാൻ കഴിഞ്ഞു. ഗ്രാമാന്തരങ്ങളിൽ ഈ രണ്ടു പ്രസ്ഥാനങ്ങളുടെയും പ്രധാന ഭാരവാഹി യായി പ്രവർത്തിച്ചുകൊണ്ടു ജയിൽ ജീവിതം നയിക്കുവാൻ മറ്റുപല രേയും പോലെ കേരളീയനും നിർബ്ബന്ധിതനായിരുന്നു. സ്വാതന്ത്ര്യാന ന്തര കാലഘട്ടത്തിൽ സമഗ്രമായ ഒരു കാർഷിക നിയമത്തിനുവേണ്ടി കർഷകസംഘം അഥവാ കിസാൻസംഘം നടത്തിയ പ്രക്ഷോഭങ്ങൾ ഭര ണഘടനാപരമായ ഒരു ഭൂപരിഷ്കരണ നിയമം കേരളത്തിൽ നടപ്പിലാ ക്കുവാൻ സഹായകമായ മലബാർ കർഷകസംഘത്തിന്റെ സെക്രട്ടറി യെന്ന നിലയിലും അഖിലേന്ത്യാ കിസാൻസംഘത്തിന്റെയും

കൗൺസിൽ അംഗമെന്ന നിലയിലും കേരളീയന്റെ പ്രവർത്തനം അദ്ദേഹത്തെ ഏറ്റവും വലിയ ഒരു കർഷകബന്ധുവാക്കിത്തീർത്തു.

അദ്ദേഹം 1964 വരെ അവിഭക്ത കമ്മ്യൂണിസ്റ്റു പാർട്ടിയുടെ നേതൃത്വ നിരയിൽ കർഷകസംഘടനാപരമായി പ്രവർത്തിച്ചു. പിന്നീട് സി പി ഐ യുടെ പ്രമുഖ സംഘാടകനായും *കൃഷിക്കാരൻ* മാസികയുടെ പത്രാധി പരായും പ്രവർത്തിച്ചു. പത്രാധിപരെന്നനിലയിൽ കാർഷിക പ്രശ്നങ്ങളെ വിലയിരുത്തുന്നതിലും പരിഹാരം കണ്ടെത്തുന്നതിലും അദ്ദേഹത്തിന്റെ പങ്കാളിത്തം അഭിനന്ദനീയവും ആദരണീയവുമായിരുന്നു. ചിലേടങ്ങളിൽ സംഭവങ്ങളുടെ ആവർത്തനം രേഖപ്പെടുത്തപ്പെട്ടിട്ടുണ്ടെങ്കിൽ അവ അനു പേക്ഷണീയമായ നിലയ്ക്കാണ്.

ഇത്തരം ഒരു സംക്ഷിപ്ത ജീവചരിത്രപഠനത്തിന് ആവശ്യമായ സ്രോതസ്സുകൾ ലഭ്യമല്ലെന്ന യാഥാർത്ഥ്യം ആ കാലഘട്ടത്തിൽ പ്രവർത്തിച്ച പലരേയും പോലെ കേരളീയനും ബാധകമാണ്. എങ്കിലും കിട്ടാവുന്ന വസ്തുതകൾ ഉപയോഗപ്പെടുത്തിയുള്ള ഈ പഠനം അദ്ദേ ഹത്തിന്റെ ജീവിതചിത്രത്തെ ഒളിമങ്ങിയെങ്കിലും അവതരിപ്പിക്കുവാൻ സഹായകമാണെന്നു പ്രത്യാശിക്കട്ടെ. ഇത്തരം ഒരു പഠനം പ്രസിദ്ധീക രിക്കുന്ന ചിന്ത പബ്ലിഷേഴ്സിനോട് പ്രത്യേകം കടപ്പാടുകൾ.

കോഴിക്കോട്
1-9-2014

ഡോ. കെ കെ എൻ കുറുപ്പ്
ചെയർമാൻ
കേരളീയൻ സ്മാരക സമിതി

1

കൊളോണിയൽ ഭൂബന്ധങ്ങളും ദേശീയതയും

സാമൂതിരിയും കോലത്തിരിയും കടത്തനാടും കോട്ടയവും നീലേ ശ്വരവും മറ്റു നാടുവാഴികളും പ്രഭുക്കന്മാരും അധീശത്വം പുലർത്തിയി രുന്ന മലബാർ 1792 ൽ ടിപ്പു സുൽത്താനുമായി ശ്രീരംഗപട്ടണത്തു വെച്ചു നടന്ന സന്ധിയെ തുടർന്ന് ഇംഗ്ലീഷ് ഈസ്റ്റിന്ത്യാ കമ്പനി ഏറ്റെടുത്തു. എന്താണു സംഭവിച്ചതെന്ന് ഈ മലബാർ രാജാക്കന്മാർക്കും അറിയു വാൻ കഴിഞ്ഞിരുന്നില്ല. അറിയുവാൻ കഴിഞ്ഞാലും അവർ നിസ്സഹായ രായിരുന്നു. കമ്പനിയുടെ തലശ്ശേരി ഫാക്ടറി മുഖ്യൻ റോബർട്ട് ടെയ്ല റുമായി അവർ ചെയ്ത കരാറുകൾ കമ്പനിയെ സുൽത്താനുമായുള്ള യുദ്ധത്തിൽ സഹായിക്കുന്നതാണെന്നും കമ്പനി സുൽത്താനിൽനിന്നും അവരെ സ്വതന്ത്രരാക്കുമെന്നുമായിരുന്നു. കമ്പനി വാഗ്ദത്തം ചെയ്ത തുപോലെ അവരെ സ്വതന്ത്രരാക്കി. പക്ഷേ, ഒരു നുകത്തിന്റെ കീഴിൽ നിന്നും മറ്റൊരു നുകത്തിനു കീഴിലേക്ക് എന്നതു മാത്രമായിരുന്നു ആ വ്യത്യാസം. രണ്ടാമത്തെ നുകമാകട്ടെ ആദ്യത്തേതിനെക്കാൾ ശക്തവും കഠിനവും വൈദേശികവുമായിരുന്നു.

മലബാർ കാര്യങ്ങളിൽ ബോംബെ പ്രസിഡൻസി തങ്ങളുടെ കമ്മീ ഷണർമാരെ നിയമിച്ചു പെട്ടെന്നുതന്നെ ഭരണവ്യവസ്ഥയേർപ്പെടുത്തി. ഓരോ രാജാവും തഹസീൽദാർമാരെപ്പോലെ ക്രമേണ നികുതി പിരിവു കാരായി മാറ്റപ്പെട്ടു. കുരുമുളക് വില കണ്ടിക്ക് (500 റാത്തൽ) 100 കയായി വില കുറച്ചു നിശ്ചയിക്കപ്പെട്ടു. അതിന്റെ വാണിജ്യക്കുത്തക കമ്പനിക്കു മാത്രം.

കോട്ടയത്തെ പഴശ്ശിരാജാവും സാമൂതിരിയുടെ പടിഞ്ഞാറെ കോവി ലകവും മറ്റും ബ്രിട്ടീഷാധിപത്യത്തിനെതിരായി കലാപങ്ങൾ നടത്തി. അവയെല്ലാം അടിച്ചമർത്തപ്പെട്ടു. മലബാർ 1800 ൽ ബോംബെ പ്രസി

ഡൻസിയിൽനിന്നും മദ്രാസിനു കീഴിലേക്ക് മാറ്റപ്പെട്ടു. ശക്തമായ ഒരു ബ്രിട്ടീഷ് ബ്യൂറോക്രസി ഇവിടെ നിലവിൽവന്നു. അതിന്റെ സാമ്പത്തിക ബാദ്ധ്യതകൾ മുഴുവൻ കാർഷിക സമൂഹത്തിനു വഹിക്കേണ്ടിവന്നു. ആയിരം തേങ്ങയ്ക്ക് വില 20 ക ആയിരുന്നപ്പോൾ ജില്ലാ കലക്ടറുടെ മാസശമ്പളം മൂവായിരം ക യായിരുന്നു.

നികുതി നിശ്ചയത്തിലൂടെ നാടുവാഴികളും നാട്ടുപ്രഭുക്കന്മാരും മുൻരാജാക്കന്മാരും ഭൂവുടമകളും വൻകിട ജന്മിമാരുമായി രൂപാന്തരപ്പെട്ടു. അവർ നേരിട്ടു കൃഷി നടത്തിയില്ല. പഴയതുപോലെ കീഴ്ജാതിക്കാരും ഭൂമിയുടെ ഉടമസ്ഥാവകാശമില്ലാത്ത കുടിയാന്മാരും കാർഷികവൃത്തി നട ത്തി. എന്നാൽ ബ്രിട്ടീഷ് ഭരണത്തിൽ മലബാറിലെ കാർഷികബന്ധങ്ങ ളിൽ വലിയ മാറ്റങ്ങളുണ്ടായി. യൂറോപ്യൻ കൊളോണിയൽ ഭരണം സ്ഥാപിക്കപ്പെട്ട രാജ്യങ്ങളിലെല്ലാം ആദ്യമായി നടപ്പിലാക്കിയ മാറ്റം ഭൂബ ന്ധങ്ങളിലായിരുന്നു. കാരണം അതിനു തങ്ങളുടെ ഭരണത്തെ ശക്ത മായി പിന്തുണയ്ക്കുന്ന ഒരു സഹകാരിവർഗ്ഗം അഥവാ കോമ്പ്രദോർ ബൂർഷ്വാസിയെ നിലനിർത്തേണ്ടിയിരുന്നു. നികുതിയുടെ പിരിവ് ഈ വർഗ്ഗത്തിന്റെ സ്ഥിരാവകാശമായിരുന്നു. കുടിയാന്മാരെ സംബന്ധിച്ചു സ്ഥിരാവകാശം, മര്യാദപാട്ടം, സ്വതന്ത്രകൈമാറ്റം എന്നീ മൂന്ന് അവകാ ശങ്ങൾ എന്നേക്കുമായി അവസാനിപ്പിക്കപ്പെട്ടു.

മലബാറിൽ ഫ്യൂഡൽ കാലഘട്ടത്തിൽ നിലനിന്നിരുന്ന കാണ-ജ ന്മ-മര്യാദ അഥവാ രീതിപോലും ബ്രിട്ടീഷുകോടതികൾ സ്വയം അവ സാനിപ്പിച്ചു. ലോഗനും മറ്റും സിദ്ധാന്തിച്ചതുപോലെ ഒരു സ്ഥിരാവകാ ശമായിരുന്ന കാണാവകാശം പന്ത്രണ്ടുവർഷത്തെ അവകാശമായും പിന്നീടാകട്ടെ കോടതികൾ ജന്മി ആവശ്യപ്പെടുമ്പോൾ ഒഴിഞ്ഞുകൊടു ക്കേണ്ട അവകാശമായും രൂപാന്തരപ്പെടുത്തി. ഫ്യൂഡൽ പാട്ടവ്യവസ്ഥ യിൽ ഒരു പറവിത്തു 10 പറ വിളവു നല്കുമ്പോൾ അതിന്റെ മൂന്നിലൊന്നു ജന്മിഭോഗമായും മൂന്നിലൊന്നു കൃഷിച്ചെലവായും മൂന്നിലൊന്നു കർഷ കന്റെ കൊഴുലാഭമായും പരമ്പരാഗതമായി അനുവദിക്കപ്പെട്ട അവകാ ശമായിരുന്നു. എന്നാൽ ബ്രിട്ടീഷു ഭരണത്തിന്റെ നികുതിനയം ജന്മിമാ രിൽനിന്നു പിരിവ് എടുത്തപ്പോൾ അതിന്റെ ഭാരം ക്രമേണ കർഷകരുടെ മീതെയാണ് വന്നുപെട്ടത്.

കാർഷിക ജീവിതത്തിനും വർദ്ധിച്ചുവരുന്ന കാർഷിക സമൂഹ ത്തിനും ഏറ്റവും ആദായമുള്ള പുനം കൃഷി അഥവാ തരിശു കൃഷി പലപ്പോഴും ഭൂമിക്ക് ഉയർന്നുവന്ന വില കാരണം ജന്മിമാർ അനുവദിച്ചി രുന്നില്ല. കൃഷി ചെയ്യുമ്പോൾ മാത്രമേ ഇത്തരം ഭൂമിക്കു നികുതി ചുമത്തിയിരുന്നുള്ളൂ. അതിനാൽ ഈ സ്ഥിതി കാർഷികമായ ദാരിദ്ര്യം കിഴക്കൻ ഗ്രാമങ്ങളിൽ വർദ്ധിപ്പിക്കുകയുണ്ടായി. വേലുത്തമ്പിദളവയും കട്ടബൊമ്മനും മറ്റും പ്രഖ്യാപിച്ചതുപോലെ മുമ്പു കർഷകനു കഞ്ഞി കുടിക്കാനുണ്ടായിരുന്നു. ഇപ്പോൾ കഞ്ഞിവെള്ളം പോലുമില്ല എന്നായി സ്ഥിതിഗതികൾ. ഈ സ്ഥിതിക്കെതിരായി തെക്കെ മലബാറിലെ മാപ്പിള

കർഷകരും മറ്റും ജന്മിമാർക്കും ബ്രിട്ടീഷ് ഭരണത്തിനുമെതിരായി നിര ന്തരം കലാപങ്ങൾ നടത്തി. അവ അന്വേഷിച്ചു റിപ്പോർട്ടു ചെയ്ത ടി എൽ സ്ട്രെയിഞ്ച് കാർഷിക പ്രശ്നങ്ങൾ അവയുൾക്കൊള്ളുന്നില്ലെന്നു രേഖപ്പെടുത്തിയപ്പോഴും വില്യം ലോഗൻ കമീഷൻ തന്റെ കൂടിയായ്മ റിപ്പോർട്ടിൽ (1882) ബ്രിട്ടീഷ് ഭരണം കാർഷികബന്ധങ്ങളിൽ വലിയ മാറ്റ ങ്ങൾ വരുത്തിയെന്നും സർ. തോമസ് മൺറോവിന്റെ റയറ്റുവാരി വ്യവസ്ഥ ജമീന്ദാരി വ്യവസ്ഥ തന്നെയാണെന്നും കമ്പനിയുടെ റയറ്റു (കർഷകൻ) ആയിരക്കണക്കിൽ ഏക്ര ഭൂമിയുള്ള സാമൂതിരിയും കളവപ്പാറയും കോടോത്തുജന്മിയും ദേവസ്വങ്ങളും താഴക്കാട്ടു മനയും മറ്റുമായിരുന്നു (കെ കെ എൻ കുറുപ്പ്, *ഭൂ കുത്തകയും കാർഷികബന്ധങ്ങളും* — മുൻ കാസർകോടു താലൂക്കിൽ കിസാൻ ഇൻസ്റ്റിറ്റ്യൂട്ട് വടകര 2014 കാണുക).

ആ സ്ഥിതിയിൽ മണ്ണിൽ പണിയെടുക്കുന്ന കർഷകനു സ്ഥിരാവ കാശവും മര്യാദപാട്ടവും സ്വതന്ത്ര കൈമാറ്റവും അനുവദിക്കണ മെന്നായിരുന്നു ലോഗന്റെ ശുപാർശ. എന്നാൽ ഒരു നൂറ്റാണ്ടുകഴി ഞ്ഞിരിക്കുന്ന നിലയിൽ കാണക്കാർക്ക് സ്ഥിരാവകാശം അനുവ ദിക്കേണ്ടതില്ലെന്നും നിയമപരമായി സ്റ്റേറ്റ് ഇടപെടണമെന്നും ലോഗൻ ശുപാർശ ചെയ്തു (കെ കെ എൻ കുറുപ്പ്, *വില്യം ലോഗൻ എ സ്റ്റഡി ഇൻ ദ അഗ്രേറിയൻ റിലേഷൻസ് ഓഫ് മല ബാർ* (കോഴിക്കോട് യൂണിവേഴ്സിറ്റി പോ. 1982).

എന്നാൽ ജന്മിത്തത്തെ പിന്താങ്ങിയിരുന്ന ഗവൺമെന്റ് നിയമപര മായി 1887 ലെ ചമയപ്രതിഫലത്തിന്റെ മാർക്കറ്റു നിലവാരം എന്ന വളരെ ലഘുവായ ഒരു നിയമം മാത്രം നടപ്പിലാക്കുകയാണ് ചെയ്തത്. ഇന്ത്യ യിലെങ്ങും 1857 ലും 1875 ലും മറ്റും നടന്ന കലാപങ്ങളിൽ ഭൂമിയുടെ പ്രശ്നം കാതലായ ഒന്നായിരുന്നു.

മലബാറിൽ പിന്നീട് കാർഷിക നിയമത്തിനുവേണ്ടിയുള്ള പരിശ്രമ ങ്ങൾ നടന്നതു കാണക്കുടിയാന്മാരുടെ സ്ഥിരാവകാശത്തിനുവേണ്ടിയാ യിരുന്നു. ജി ബാലകൃഷ്ണൻ നായരെപ്പോലുള്ള ദേശീയ വാദികൾ അതേറ്റെടുക്കുകയും ചെയ്തു. മഞ്ചേരിയിൽ വെച്ച് 1921 ൽ ചേർന്ന കോൺഗ്രസ് സമ്മേളനം കുടിയായ്മ പ്രശ്നത്തിൽ ഒരു പ്രമേയം പാസ്സാ ക്കുവാൻ ശ്രമിച്ചപ്പോൾ ഒരു വർഗ്ഗമെന്ന നിലയിൽ ജന്മിമാർ നടപ്പുകുടി യാന്മാരുടെ അഥവാ വെറുംപാട്ടക്കാരുടെയും കുഴിക്കാണകുടിയാന്മാ രുടെയും അവകാശങ്ങൾ സംരക്ഷിക്കുന്നതിനെതിരായി വോട്ടു ചെയ്തത് വർഗ്ഗപരമായ അവരുടെ സമീപനത്തെ വെളിപ്പെടുത്തി.

എന്നാൽ കോൺഗ്രസിന്റെ കറാച്ചിപ്രമേയം സ്ഥിരാവകാശം അനു വദിക്കണമെന്ന പ്രമേയമാണ് പില്ക്കാലത്തു സ്വീകരിച്ചിരുന്നത്. ഇതെല്ലാം ദേശീയ പ്രസ്ഥാനത്തിന്റെ ആശയവുമായി കുടിയായ്മ പ്രശ്നത്തെ ബന്ധപ്പെടുത്തുകയാണുണ്ടായത്. ഇന്ത്യൻ ദേശീയത തന്നെ

ഒരു കർഷക ദേശീയതയായി (പെസന്റ് നാഷണലിസം) സ്വയം രൂപാ ന്തരപ്പെടുകയായിരുന്നു.

ഇന്ത്യൻ ദേശീയ പ്രസ്ഥാനത്തെ 1934 ൽ അത്യന്തം സ്വാധീനിച്ച ഒരാശയം കോൺഗ്രസ് സോഷ്യലിസം സംബന്ധിച്ച ഒന്നായിരുന്നു. ജയ പ്രകാശ് നാരായണന്റെ *വൈ സോഷ്യലിസം (സോഷ്യലിസം എന്തിന്?)* എന്ന ഗ്രന്ഥം ബുദ്ധിജീവികളെ അത്യന്തം സ്വാധീനിക്കുകയുണ്ടായി. വർഗ്ഗസംഘടനകളിലൂടെ ദേശീയബോധം ശക്തിപ്പെടുത്തുവാനുള്ള പ്രവർത്തനങ്ങളാണ് പിന്നീടു നടന്നത്.

അഖിലേന്ത്യാ കിസാൻ സംഘടന

ഈ പുതിയ രാഷ്ട്രീയാശയത്തിന്റെ ഭാഗമായ കോൺഗ്രസിന്റെ ലഖ്നൗ സമ്മേളനപ്പന്തലിൽ അഖിലേന്ത്യാ കിസാൻ സഭയുടെയും പുരോഗമന സാഹിത്യത്തിന്റെയും സംഘടനകൾ രൂപീകരിക്കപ്പെട്ടു. എന്നാൽ കിസാൻ സംഘത്തിന്റെ ആവിർഭാവത്തിനു മുമ്പുതന്നെ മല ബാർ കർഷക സംഘത്തിന്റെ ആശയം പ്രചരിപ്പിക്കപ്പെട്ടിരുന്നു. പി കൃഷ്ണപിള്ള തുടങ്ങിയവർ ജന്മിഗൃഹങ്ങളിലേക്ക് കർഷകജാഥകൾ നയിക്കുകയും അക്രമപ്പിരിവുകൾ അവസാനിപ്പിക്കുവാനുള്ള പ്രവർത്ത നങ്ങൾക്കു നേതൃത്വം നല്കുകയും ചെയ്തു. കൃഷിക്കാരുടെ സംഘട നയെന്ന ആശയം ഇത്തരത്തിൽ മലബാറിൽ പ്രചരിപ്പിക്കപ്പെട്ടു.

നണിയൂർ ഗ്രാമത്തിൽ കുരുമുളക് പത്തിൽ രണ്ടിന്റെ പാട്ടം സംബ ന്ധിച്ച് ഒരു പ്രാദേശിക ജന്മിയുമായുള്ള പ്രശ്നം വിഷ്ണുഭാരതീയൻ പ്രസിഡന്റായും കേരളീയൻ സെക്രട്ടറിയായും മലബാർ കർഷകസം ഘത്തിന്റെ യൂണിറ്റു കെട്ടിപ്പടുക്കുകയുണ്ടായി. ഈ യൂണിറ്റാണ് പിന്നീടു അഖിലേന്ത്യാ കിസാൻ സഭയുടെ ഭാഗമായി കേരളത്തിലെ ഏറ്റവും പ്രധാനമായ വർഗ്ഗസംഘടനയായി രൂപാന്തരപ്പെട്ടത്.

കരിവെള്ളൂരിൽ എ വി കുഞ്ഞമ്പുവും മറ്റും കെട്ടിപ്പടുത്ത അഭിനവ ഭാരത് യുവക് സംഘം കർഷകസംഘം കെട്ടിപ്പടുക്കുന്നതിൽ വലിയ പങ്കാളിത്തം വഹിച്ചു.

മലബാർ കർഷകസംഘത്തിന്റെ ആസ്ഥാനം കോഴിക്കോട്ട് ആയി രുന്നു. പിന്നീടതിന്റെ പ്രധാന പ്രവർത്തന മേഖല ചിറയ്ക്കൽ താലൂ ക്കിലെ കല്യാശ്ശേരിയിലായിരുന്നു. കാരണം ദേശീയ പ്രസ്ഥാനത്തിന്റെ ഒരു പ്രധാനകേന്ദ്രം കൂടി ഇവിടെയായിരുന്നു. കൂടാതെ കെ പി ആർ ഗോപാലനെപ്പോലുള്ള പ്രധാന പ്രവർത്തകരും ഇവിടെ രണ്ടു പ്രസ്ഥാ നങ്ങൾക്കും നേതൃത്വം കൊടുത്തു. ക്രമേണ കോൺഗ്രസ് സോഷ്യലിസ്റ്റ് പാർട്ടിയുടെ ആഭിമുഖത്തിൽ മലബാറിലെ താലൂക്കുകൾതോറും കർഷ കസംഘത്തിന്റെ താലൂക്ക് യൂണിറ്റുകളും ഓരോ ഗ്രാമത്തിലും അതിന്റെ പ്രത്യേക യൂണിറ്റുകളും കെട്ടിപ്പടുത്തു.

സംഘത്തിന്റെ ആശയങ്ങൾ പ്രചരിപ്പിക്കുന്നതിനായി കെ ദാമോദ രൻ എഴുതിയ *പാട്ടബാക്കിപോലുള്ള* നാടകങ്ങളും രാഷ്ട്രീയ പ്രവർത്ത

കർ തന്നെ സ്റ്റേജുകളിൽ പ്രത്യേകം അഭിനയിക്കുകയും ചെയ്തു. ഇത്തരം നാടകങ്ങളെ കുഴപ്പത്തിൽ എത്തിക്കുവാനും പലേടത്തും ജന്മി മാർ ഗുണ്ടാവിളയാട്ടത്തിന് പ്രേരിപ്പിക്കുകയും ചെയ്തിരുന്നു. ഉത്തരേ ന്ത്യയിലെ ചില സംസ്ഥാനങ്ങളിൽ വർക്കേഴ്സ് ആന്റ് പെസന്റ് സ് പാർട്ടി, കമ്മ്യൂണിസ്റ്റ് പ്രസ്ഥാനത്തിന്റെ ഭാഗമായി ഇരുപതുകളിൽ കെട്ടിപ്പടുത്തി രുന്നു. ബാബാ രാമചന്ദ്രയെപ്പോലുള്ള ഹരികഥാ പ്രവർത്തകർ യു പിയിൽ വലിയ കർഷക സമ്മേളനങ്ങളിൽ പ്രസംഗപരമ്പരകൾ നടത്തി യിരുന്നു. ഈ പ്രവർത്തനങ്ങളുടെ ഭാഗമായി അവിടങ്ങളിൽ ഏകതാ പ്രസ്ഥാനം ദേശീയ പ്രസ്ഥാനത്തിന്റെ പൂരകസംഘടനയായി വളർന്നു വന്നിരുന്നു. ഗാന്ധിജി നിസ്സഹകരണ പ്രസ്ഥാനത്തിനു നേതൃത്വം നല്കി യപ്പോൾ ചൗരി ചൗരയിലെ പൊലീസ് സ്റ്റേഷനാക്രമണം നടന്നത് ഇത്തരം ബഹുജനരാഷ്ട്രീയവല്ക്കരണത്തിന്റെ ഭാഗമായിരുന്നു താനും.

മലബാറിൽ കോൺഗ്രസ് സോഷ്യലിസ്റ്റ് പാർട്ടിയുടെ പ്രവർത്തന ങ്ങൾ നടന്നുകൊണ്ടിരിക്കുമ്പോൾ തന്നെ ഇ എം എസ് നമ്പൂതിരിപ്പാട് അടക്കമുള്ള ഒരു രഹസ്യ ഗ്രൂപ്പ് കോഴിക്കോട് കമ്മ്യൂണിസ്റ്റ് പാർട്ടിയുടെ രൂപീകരണം നടത്തിയിരുന്നു. ഈ ഗ്രൂപ്പ് പിന്നീട് പിണറായി പാറപ്പുറ ത്തുവെച്ച് രഹസ്യമായി കേരളത്തിലെ കമ്മ്യൂണിസ്റ്റ് പാർട്ടിയുടെ രൂപീക രണവും സമ്മേളനവും 1939 ഡിസംബറിൽ നടത്തുകയുണ്ടായി. രണ്ടാം ലോക മഹായുദ്ധത്തിന്റെ പ്രഖ്യാപനവും യുദ്ധത്തിൽ ഇന്ത്യയുടെ പങ്കാ ളിത്തവും ഇത്തരത്തിൽ ഒരു പുതിയ രാഷ്ട്രീയ പ്രവർത്തനത്തിന്റെ ആവ ശ്യകത വ്യക്തമാക്കി.

കർഷകദേശീയത

കമ്മ്യൂണിസ്റ്റ് പാർട്ടി 1940 ജനുവരി 26 നു അതിന്റെ രൂപീകരണം ചുമരെഴുത്തുകളിലൂടെ പ്രഖ്യാപിച്ചുകൊണ്ട് ഒളിവിൽ പ്രവർത്തിച്ചുവ ന്നു. കർഷകസംഘങ്ങളെ പുതിയ രാഷ്ട്രീയാശയവുമായി ഈ പ്രവർത്ത നങ്ങൾ ബന്ധപ്പെടുത്തുകയും ചെയ്തു. യുദ്ധകാലത്തെ സാമ്പത്തിക ദുരിതങ്ങൾക്കെതിരെ 1940 സെപ്തംബർ 15 ന് കരിദിനമായി അനുഷ്ഠി ക്കുവാൻ കമ്മ്യൂണിസ്റ്റു പ്രവർത്തകർ തീരുമാനമെടുത്തു. കർഷകസം ഘടന അതിന്റെ സജീവമായ പ്രവർത്തനങ്ങൾ ഏറ്റെടുക്കുകയും ചെയ്തു.

കരിദിനം തലശ്ശേരി, മട്ടന്നൂർ, മൊറാഴ എന്നീ സ്ഥലങ്ങളിൽ ബഹു ജനങ്ങളും പൊലീസുമായുള്ള ഏറ്റുമുട്ടലിൽ അവസാനിച്ചു. തുടർന്നു കയ്യൂരിലും ബഹുജനപ്രക്ഷോഭങ്ങൾ ഉയർന്നുവന്നു. ഈ സംഭവവികാ സങ്ങളെത്തുടർന്നു കർഷകസംഘം നിരോധിക്കപ്പെട്ടു. പിന്നീടുള്ള അതിന്റെ പ്രവർത്തനം കിസാൻസംഘം എന്ന പേരിലായിരുന്നു. യുദ്ധ കാലത്തെ കെടുതികൾക്കും ക്ഷാമത്തിനും പകർച്ച വ്യാധികൾക്കും എതി രായി സംഘം നിവാരണപ്രവർത്തനങ്ങളിലേർപ്പെട്ടു. യുദ്ധം അവസാനി ച്ചതിനെത്തുടർന്ന് ഇന്ത്യയടക്കമുള്ള കോളനിരാജ്യങ്ങൾ സ്വാതന്ത്ര്യം

നേടി. എന്നാൽ ബ്രിട്ടൻ നല്കിയ സ്വാതന്ത്ര്യം ഒരു ജനകീയ സ്വാത ന്ത്ര്യമല്ലെന്ന നിലയിൽ കമ്മ്യൂണിസ്റ്റ് പ്രസ്ഥാനം വിമർശനാത്മകമായാണ് സ്വീകരിച്ചത്. അത് പ്രസ്ഥാനത്തെ നിരോധിക്കുവാനിടയാക്കി.

അൻപതുകളിൽ പാർട്ടിയുടെ നിരോധം നീക്കിയപ്പോൾ കാർഷിക പ്രശ്നങ്ങളിൽ കർഷകസംഘടനകൾ സജീവമായി ഇടപെട്ടു. അതാകട്ടെ 1957 ൽ കേരളസംസ്ഥാനത്തിൽ ഒരു കമ്മ്യൂണിസ്റ്റ് ഗവൺമെന്റിനെ അധി കാരത്തിലെത്തിച്ചു. ആ ഗവൺമെന്റ് സമഗ്രമായ ഒരു കാർഷിക നയ ത്തിനും ഭൂപരിഷ്കരണത്തിനും ഇന്ത്യയിലാദ്യമായി പരിശ്രമിച്ചു.

ഇത്തരത്തിൽ ഒരു വിശകലനം നടത്തുമ്പോൾ കൊളോണിയൽ കാർഷികബന്ധങ്ങൾ പുതിയ ഭൂകുത്തകയും ഗ്രാമീണദാരിദ്ര്യവും വിപു ലപ്പെടുത്തിയെന്നു കാണാം. അതിനെതിരെ വർഗ്ഗസമരങ്ങളിലൂടെ പ്രക്ഷോഭങ്ങൾ നടത്തുകയും ദേശീയബോധത്തെ തീക്ഷ്ണമാക്കുകയും ചെയ്തത് കർഷകസംഘത്തിന്റെ പ്രവർത്തനങ്ങളായിരുന്നു. ആ പ്രവർത്തനങ്ങൾ കേരളത്തിലും ഇന്ത്യയുടെ മറ്റുഭാഗങ്ങളിലും ഒരു കർഷ കദേശീയതയെത്തന്നെ വളർത്തിയെടുക്കുവാൻ സഹായകമായി. എന്നാ ലിന്നും യാഥാസ്ഥിതികമായ ചരിത്രബോധമുൾക്കൊള്ളുന്ന ചിലരെങ്കിലും അഖിലേന്ത്യാ കിസാൻ സഭയുടെ പ്രവർത്തനങ്ങൾ സാമ്പത്തിക പ്രവർത്തനങ്ങൾ മാത്രമാണെന്നും അവ ഇന്ത്യൻ ദേശീയ പ്രസ്ഥാന ത്തിന്റെ ഭാഗമല്ലെന്നും സിദ്ധാന്തിക്കുന്നു. കോൺഗ്രസിന്റെ ചരിത്രമെഴു തിയ പട്ടാഭി സീതാരാമയ്യയും മറ്റും ഇന്ത്യൻ കർഷകന്റെ ധീരമായ സമ രപാരമ്പര്യം അവഗണിക്കുകയാണ് ചെയ്തിട്ടുള്ളത്. ഇന്ത്യൻ ദേശീയ പ്രസ്ഥാനത്തിന്റെ ശക്തമായ മൂന്നുധാരകൾ, ആദ്യഘട്ടം മുതൽ രൂപ പ്പെട്ട കർഷകസമരങ്ങളും ഗാന്ധിയൻ ബഹുജനപ്രസ്ഥാനവും ബ്രിട്ടീ ഷുകാരുടെ തന്നെ പ്രവർത്തനത്തിന്റെ ഭാഗമായ ഭരണഘടനാപരമായ പ്രവർത്തനങ്ങളുമാണ്. ഈ മൂന്നുധാരകളും ഇന്ത്യൻ ദേശീയതയെയും സാമൂഹ്യമാറ്റത്തെയും സമ്പന്നമാക്കുകയാണുണ്ടായത്. എന്നാലധികാര കൈമാറ്റം ബ്രിട്ടീഷുകാർ നടത്തിയത് ഇന്ത്യയെ വിഭജിച്ചുകൊണ്ടും ഇന്ത്യൻ ബൂർഷ്വാസിയുടെ കൈകളിലേല്പിച്ചുകൊണ്ടുമായിരുന്നു. മറ്റൊരു വിധത്തിൽ ചിന്തിക്കുമ്പോൾ ഇന്ത്യയിലിന്നും ഭൂകുത്തകയും കാർഷികബന്ധങ്ങളിലെ അധീശവർഗ്ഗമേധാവിത്തവും നിലനില്ക്കുന്നു. അതാകട്ടെ ഫ്യൂഡൽ കൊളോണിയൽ പാരമ്പര്യത്തിന്റെ ചരിത്രപരമായ അവശിഷ്ടങ്ങളാണുതാനും.

2
ജനനം വിദ്യാഭ്യാസം

മലബാറിലെ പ്രസിദ്ധമായ രണ്ടു തറവാടുകളിൽ ഉൾപ്പെട്ടവരായി രുന്നു കടയപ്രത്ത് കുഞ്ഞപ്പ നമ്പ്യാരുടെ മാതാപിതാക്കൾ. മുൻ കാല ങ്ങളിൽ നായർ തറവാടുകൾക്കിടയിലായിരുന്നു ഇത്തരം വിവാഹങ്ങൾ. വ്യക്തിയുടെ ഇച്ഛാനിച്ഛകൾക്ക് വലിയ പ്രാധാന്യമുണ്ടായിരുന്നില്ല. തറ വാടിത്തം എന്ന പദത്താൽ വ്യവഹരിക്കപ്പെട്ട കുലീനതയ്ക്കായിരുന്നു ഇത്തരം ബന്ധങ്ങളിലെ ഊന്നൽ. ബ്രിട്ടീഷ് ഭരണം ഇത്തരം തറവാടുക ളുടെ പ്രാധാന്യത്തെ നിയമപരമായി ഊട്ടിയുറപ്പിക്കുകയാണുണ്ടായത്. മലബാറിലെ കമ്പനി ഭരണത്തോടെയായിരുന്നു ഈ തറവാടുകൾ ശക്തി യാർജ്ജിച്ചത്. യൂറോപ്പിലെ ഫ്യൂഡൽ പ്രഭുകുടുംബങ്ങളിൽ മൂത്ത പുത്രന്റെ പിന്തുടർച്ചാവകാശം പോലെ ഈ തറവാടുകളിലെ ഭരണാധി കാരി ഏറ്റവും പ്രായമുള്ള പുരുഷനായിരുന്നു. പിന്തുടർച്ചാവകാശം അയാ ളുടെ പുത്ര പൗത്രാദികൾക്കോ പുത്രികൾക്കോ ലഭ്യമല്ല. അത് സഹോ ദരീപുത്രന്മാർ വഴിയാണു താനും. എന്നാൽ എസ്റ്റേറ്റിന്റെ അഥവാ കുടുംബ സ്വത്തുക്കളുടെ ഭരണം കൈയേറുവാൻ പൊതുവേ സ്ത്രീകൾക്ക് അവകാശമുണ്ടായിരുന്നില്ല. ഇത്തരം അവകാശം സ്ത്രീകൾക്ക് ലഭിച്ച അപൂർവ്വം കുടുംബങ്ങളെയും കാണാവുന്നതാണ്. മരുമക്കത്തായം പിന്തുടർന്നിരുന്ന കണ്ണൂരിലെ ആലി രാജാക്കന്മാരിൽ മൂത്ത പുരുഷനും അഥവാ മൂത്ത സ്ത്രീക്കും ലിംഗ വ്യത്യാസമില്ലാതെ ഈ സ്ഥാനം ലഭിച്ചുവന്നു.

ഇത്തരം തറവാടുകളെ തങ്ങളുടെ സഹകാരികളാക്കി മാറ്റുവാനും അവയിലൂടെ നികുതി പിരിച്ചെടുക്കുവാനും നിയമപരിപാലനം നടത്തു വാനുമെല്ലാം ബ്രിട്ടീഷുകാർക്ക് വളരെ എളുപ്പം കഴിഞ്ഞിരുന്നു. തറവാ ടാകട്ടെ ഒരു സ്ഥാപനമെന്ന നിലയിൽ ഭാഗിക്കപ്പെടാത്ത കൂട്ടുസ്വത്തു

ക്കളും ക്ഷേത്രവും എല്ലാം ഉൾക്കൊണ്ട ഒന്നായി മാറി. ഉല്പാദന ത്തിന്റെയും ഉപഭോഗത്തിന്റെയും ഒരു ഘടകമെന്ന നിലയിൽ അതു പ്രവർത്തിച്ചു. തങ്ങൾക്ക് കൂടുതൽ പ്രയോജനകരമായി ഈ സ്ഥാപ നത്തെ 1930 വരെ ഭാഗിക്കുവാൻ ബ്രിട്ടീഷുകാർ അനുവദിച്ചിരുന്നില്ല. ബ്രിട്ടീഷ് ഭരണം ആരംഭിച്ചപ്പോൾ ഇത്തരം ഭാഗവ്യവഹാരത്തിന്റെ അപേക്ഷ ബ്രിട്ടീഷ് കോടതികൾ തള്ളിക്കളഞ്ഞതുകാണാം. മറ്റൊരുവി ധത്തിൽ കൊളോണിയൽ ഭരണവും ഇത്തരം സ്ഥാപനങ്ങളും ഒന്നിച്ചു ചേർന്നപ്പോൾ മലബാറിന്റെ പുരോഗതി എന്നേക്കുമായി തടസ്സപ്പെടുത്തി യെന്നു പറയാം. ഗുണ്ടർട്ട് തുടങ്ങിയ മിഷനറിമാരും വില്യം ലോഗൻ തുടങ്ങിയ ഭരണകർത്താക്കളും ഈ സ്ഥാപനങ്ങൾ ഇല്ലാതാകുന്നതുവ രെയും കൂട്ടവകാശത്തിനുപകരം വ്യക്തിപരമായി അവകാശം സ്ഥാപി ക്കപ്പെടുന്നതുവരെയും മലയാളത്തിലെ നായന്മാർക്കു മോചനമില്ലെന്നു വിവരിച്ചു കാണാം. കുഞ്ഞപ്പനമ്പ്യാരുടെ ബാല്യവും ഇത്തരം കൂട്ടുകു ടുംബത്തിന്റെ ജീവിതരീതിയിലെ വൈകല്യങ്ങൾ ഉദാഹരിക്കുന്നു.

കുഞ്ഞപ്പനമ്പ്യാരുടെ അമ്മ എടക്കാട്ടിനു സമീപം മാവിലായായിൽ കടയപ്രത്ത് നമ്പ്യാർ കുടുംബത്തിലെ പാർവ്വതി അമ്മയായിരുന്നു. അച്ഛൻ പയ്യന്നൂരിനടുത്ത കുഞ്ഞിമംഗലത്തെ വാരിക്കര നായനാർ കുടും ബത്തിലെ അധികാരി (വില്ലേജ് ഓഫീസർ) കൂടിയായ വി പി കുഞ്ഞി രാമൻ നായനാർ. കുഞ്ഞപ്പയുടെ ജനനം ചെറുതാഴം ഗ്രാമത്തിൽ 1910 ലായിരുന്നു. അമ്മയുടെ തറവാട്ടിൽ അക്കാലത്ത് നൂറോളം അംഗസംഖ്യ ഉണ്ടായിരുന്നു. ഈ കൂട്ടുകുടുംബത്തിലെ ഓരോ അംഗത്തിനും വർഷം തോറും 265 ഇടങ്ങഴി നെല്ലും 25 ക മേൽ ചെലവിനും ലഭിച്ചുവന്നു. ഓരോ തറവാട്ടിനും അതിന്റേതായ വൈദ്യന്മാരും ക്ഷൗരക്കാരനും അല ക്കുകാരനും എല്ലാം ഉണ്ടായിരുന്നു. ഉത്തരേന്ത്യയിലെ യജമാനസമ്പ്ര ദായം പോലെയുള്ള രീതി. അവരുടെ പ്രവർത്തനങ്ങൾക്ക് തറവാ ട്ടിൽനിന്നും പൊതുവായി ചെലവ് അനുവദിച്ചു.

ആദ്യകാലത്തെ പ്രൈമറി വിദ്യാഭ്യാസം കുഞ്ഞപ്പ നിർവ്വഹിച്ചത് കുഞ്ഞിമംഗലത്തെ എലിമെന്ററി സ്കൂളിലായിരുന്നു. പറശ്ശിനിക്കടവ് മഠ പ്പുരയിലെ അംഗമായ പി എ രാവുണ്ണി മയൻ ഈ വിദ്യാർത്ഥിയോട് കാണിച്ച സൗഹൃദം പിന്നീട് വളരെക്കാലം നിലനിന്നു. കുഞ്ഞപ്പ പില്ക്കാ ലത്ത് കർഷക പ്രസ്ഥാനത്തിലേക്കും മറ്റും ഇറങ്ങിച്ചെന്നപ്പോൾ ഈ രാവുണ്ണി മയൻ നല്കിയ വലിയ സഹായസഹകരണങ്ങൾ അദ്ദേഹം എപ്പോഴും ഓർമ്മിക്കുകയും രേഖപ്പെടുത്തുകയും ചെയ്തിരുന്നു.

വിദ്യാഭ്യാസത്തിന്റെ ആദ്യത്തെ വർഷങ്ങൾക്കുശേഷം കുഞ്ഞപ്പ പിന്നീട് പെരളശ്ശേരിയിലെ ഇംഗ്ലീഷ് മിഡിൽ സ്കൂളിൽ ചേരുവാനായി മാവിലായിക്കു പോയി. എ കെ ഗോപാലന്റെ അച്ഛനായിരുന്നു ഈ സ്കൂളിന്റെ സ്ഥാപകൻ. ഇവിടുത്തെ വിദ്യാഭ്യാസം കുഞ്ഞപ്പയുടെ ജീവി തത്തെ മറ്റൊരു ഘട്ടത്തിലേക്കു നയിച്ച നാഴികക്കല്ലാണെന്നു പറയാം.

ഇവിടുത്തെ ഒരദ്ധ്യാപകനായിരുന്നു എ കെ ഗോപാലൻ. അദ്ദേഹ

വുമായുള്ള സൗഹാർദ്ദം കുഞ്ഞപ്പയെ രാഷ്ട്രീയ ചിന്തകളിലേക്കും പ്രസ്ഥാനങ്ങളിലേക്കും ആകർഷിച്ചു. എ കെ ജി തന്നെ ഒരവസരം തന്റെ ഈ പൂർവ്വകാല ശിഷ്യൻ തനിക്കൊരു രാഷ്ട്രീയ ഗുരുവിനെപ്പോലെ വളർന്നുകഴിഞ്ഞിരുന്നുവെന്നു സൂചിപ്പിച്ചിരുന്നു.

എന്നാൽ മാവിലായി തറവാട്ടു വീട്ടിലെ താമസം കുഞ്ഞപ്പയെ സംബന്ധിച്ച് സുഖകരമായ ഒന്നായിരുന്നില്ല. മാതുലനായ കുഞ്ഞികൃ ഷ്ണൻ നമ്പ്യാരുമായി അദ്ദേഹത്തിന് വഴക്കിടേണ്ടിവന്നു. യുദ്ധകാല ക്ഷാമവും മറ്റും പടർന്നുപിടിച്ച ആ കാലഘട്ടത്തിൽ കുടുംബങ്ങൾക്കു വയറു നിറച്ചും കഞ്ഞിപോലും ലഭിച്ചിരുന്നില്ല. മാതുലന്റെ ഏകാധിപത്യ സ്വഭാവവും ചെറിയ തെറ്റുകൾക്കു പോലും നല്കിയ അടി ശിക്ഷയും കുഞ്ഞപ്പയെ ക്രമേണ തറവാട്ടിൽനിന്നും താമസം മാറ്റേണ്ടതാണെന്ന് തീരുമാനിക്കുവാൻ പ്രേരിപ്പിച്ചു. ഇതൊരു വലിയ തീരുമാനമായിരുന്നു.

ഒരു ഭവന മാറ്റം

മൂത്ത കാരണവരുടെ ഒരു ചെറിയ തറവാട് വീട് രണ്ടാം കാരണ വർ കുഞ്ഞിരാമൻ നമ്പ്യാരുടെ കൈവശമായി ചെറുതാഴത്ത് പൂട്ടിക്കിട പ്പുണ്ടായിരുന്നു. തന്റെ അമ്മയോടും ഇളയ സഹോദരങ്ങളോടും കൂടെ പൂട്ടിയിട്ട ആ വീട്ടിലേക്കു താമസം മാറ്റുവാൻ കുഞ്ഞപ്പ പ്രേരിപ്പിക്കപ്പെ ട്ടു. ഒരു നാട്ടുകൊല്ലന്റെ സഹായത്തോടെ പൂട്ടു തുറന്ന് അവർ അതിൽ താമസമുറപ്പിച്ചു. തന്റെ പുത്രൻ നടത്തിയ ഈ പരാക്രമങ്ങൾ അച്ഛൻ അറിഞ്ഞിരുന്നുവെങ്കിലും നാട്ടാചാരപ്രകാരം ഭാര്യയെയും മക്കളെയും പരസ്യമായി സഹായിക്കുവാൻ അദ്ദേഹത്തിന്റെ സ്ഥാനമഹിമ അനുവ ദിച്ചിരുന്നില്ല. തന്റെ സ്ഥാനമഹിമയെന്ന പാരമ്പര്യത്തെ നിഷേധിക്കു വാനും അച്ഛൻ നായനാർക്കു കഴിഞ്ഞില്ല. കുഞ്ഞപ്പ ഈ വീട് മാറ്റം നട ത്തിയത് 1923 ലായിരുന്നു; പ്രായം 13 വയസ്സും.

സ്വന്തം കുടുംബത്തിന്റെ ആഹാരം മുതലായ കാര്യങ്ങൾക്കു ചെലവ് കുഞ്ഞപ്പ തന്നെ കണ്ടെത്തേണ്ടിയിരുന്നു. അന്ന് ആവശ്യമായ ഭക്ഷണസാമഗ്രികൾ കടം നല്കിയ ഹസ്സൻ കുട്ടിയെയും അസ്സെനാരി നെയും എല്ലാം കുഞ്ഞപ്പ പില്ക്കാലത്ത് പലപ്പോഴും അനുസ്മരിച്ചിരു ന്നു. ഏറ്റവും പ്രധാനമായ അരിയും തേക്കാനെണ്ണയും അവരെല്ലാം കടം നല്കി. അധികാരിയുടെ മക്കൾക്കു നല്കുന്ന കടം കിട്ടാക്കുറ്റി ആവുക യില്ലെന്ന് അവർക്കും അറിയാമായിരുന്നു. അവരുടെ വിശ്വാസംപോലെ ഈ കടങ്ങളെല്ലാം അച്ഛൻ തന്നെ പിന്നീട് കൊടുത്തു തീർക്കുകയും ചെയ്തു.

മരുമക്കത്തായ തറവാട്ടിൽനിന്നും പുത്രാവകാശം അഥവാ ജീവനാംശം തേടി അമ്മയും സഹോദരങ്ങളുമൊത്ത് ചെറുതാഴത്തേക്ക് പോയ കുഞ്ഞപ്പയുടെ കഥ അന്നത്തെ മരുമക്കത്തായ തറവാടുകളിൽ നടപ്പില്ലാത്ത ഒരനുഭവമായിത്തീർന്നു. കുഞ്ഞപ്പയിലെ വിപ്ലവകാരിയുടെ ആവിർഭാവം ഇത്തരത്തിലാണെന്നു പറയാം. നായർ തറവാടുകളിൽ

നിന്നും എ കെ ഗോപാലൻ, ടി സുബ്രഹ്മണ്യൻ തിരുമുമ്പ്, എ സി കണ്ണൻ നായർ തുടങ്ങിയ അനേകം മരുമക്കൾ ദേശീയ പ്രസ്ഥാനത്തിലേക്കു ധൈര്യത്തോടെ കടന്നുവന്നത്, കാരണവരുടെ ദുഷ്ചെയ്തികൾക്കെതി രായ ഇത്തരം സംഘട്ടനസ്വഭാവം മനഃശാസ്ത്രപരമായി ജീവിതത്തിന്റെ ആദ്യഘട്ടത്തിൽ തന്നെ രൂപീകൃതമായതിനാലാണ് എന്ന ഒരു പൊതു സിദ്ധാന്തം റോബിൻ ജെഫ്രിയെപ്പോലുള്ള പാശ്ചാത്യ ഗവേഷകർ രേഖ പ്പെടുത്തുന്നു. തങ്ങൾക്ക് നേരിട്ടുണ്ടായ അനുഭവത്തേക്കാളും ഇത്തരം കൂട്ടുകുടുംബങ്ങളുടെ പശ്ചാത്തലത്തിൽ സ്വന്തം തറവാട്ടിലും അതു പോലെ ആ തറവാടുകളുമായി ബന്ധപ്പെടുന്ന കുടിയാന്മാരടക്കമുള്ള ജനങ്ങൾക്കിടയിലും അവർ കണ്ടെത്തിയ ജീവിത പ്രാരാബ്ധങ്ങൾ മുഴു വൻ കാരണവന്മാരുടെ സംഭാവനയെന്നതിനെക്കാൾ ഒരു കൊളോണി യൽ ഭരണത്തിന്റെ സംഭാവനയാണെന്ന് അവർക്കു മനസ്സിലാക്കുവാൻ സ്വയം കഴിഞ്ഞിരുന്നു. ആ പശ്ചാത്തലത്തിലാണ് അവർ അന്ന് ദേശീയ പ്രസ്ഥാനത്തിലേക്ക് എടുത്തു ചാടിയതെന്ന കാര്യം ജെഫ്രിയെപ്പോലുള്ള പാശ്ചാത്യ പണ്ഡിതന്മാർ കാണാതെ പോയി. കുഞ്ഞപ്പയുടെ കാര്യ ത്തിലും തന്റെ ജീവിത പശ്ചാത്തലം അദ്ദേഹത്തിനു നന്നായി പഠിക്കു വാൻ കഴിഞ്ഞുവെന്നതാണ് അദ്ദേഹത്തെ ഒരു ദേശീയവാദിയും വിപ്ലവ കാരിയുമായി രൂപാന്തരപ്പെടുത്തിയത്.

പിന്നീട് പയ്യന്നൂർ ഹൈസ്കൂളിൽ കുഞ്ഞപ്പ പ്രവേശനംനേടി. മകൻ ജ്യോതിഷം പഠിക്കണമെന്നായിരുന്നു അച്ഛന്റെ താല്പര്യം. ഇരമ്പുന്ന ദേശീയ പ്രസ്ഥാനത്തിന്റെ അലകൾ അന്നു പയ്യന്നൂരിൽ ശക്തമായി ആഞ്ഞടിച്ചിരുന്നില്ല.

തന്റെ ഔദ്യോഗിക കാര്യങ്ങൾക്കായി കുഞ്ഞപ്പയുടെ അച്ഛൻ കുഞ്ഞിരാമൻ നായനാർ ധാരാളം സഞ്ചരിച്ചിരുന്ന ഒരു വ്യക്തിയായിരു ന്നു. മടക്കയാത്രയിൽ *സ്വാഭിമാനി, കേരള സഞ്ചാരി, കേരള പത്രിക, മാതൃഭൂമി* തുടങ്ങിയ പത്രമാസികകൾ വീട്ടിലേക്കു കൊണ്ടുവന്നിരുന്നു. ഈ പത്രങ്ങളിലെ വാർത്തകളും കുറിപ്പുകളും ലേഖനങ്ങളും കുഞ്ഞപ്പ യിയിലെ സ്വാതന്ത്ര്യബോധത്തെ തട്ടിയുണർത്തി. ഇവ പുറത്തേക്കുള്ള വാതായനങ്ങളായി പ്രവർത്തിച്ചു. ദേശീയ പ്രസ്ഥാനം എന്താണെന്നു മനസ്സിലാക്കുവാൻ *മാതൃഭൂമി* പത്രം ആ ബാലനെ ധാരാളം സഹായി ച്ചു. ഒരു ബ്രിട്ടീഷ് ഉദ്യോഗസ്ഥനായിരുന്നുവെങ്കിലും അച്ഛനായ ആ അധി കാരി ദേശീയ പ്രസ്ഥാനത്തിന് പൂർണ്ണമായും എതിരായിരുന്നില്ല. അന്ന ത്തെ പലരെയും പോലെ നായനാരും ദേശീയ ചിന്തകൾ ഉൾക്കൊണ്ടി രുന്നു. അച്ഛനും മകനും ഈ വിഷയത്തെപ്പറ്റി കൂടുതൽ കൂടുതൽ സംവ ദിക്കുകയും അടുത്തറിയുകയും ചെയ്തുവന്നു. സംസ്കൃതവിദ്വാൻ കൂടി യായിരുന്ന അച്ഛൻ മകനെ സംസ്കൃതം പഠിപ്പിച്ചു. മകൻ അച്ഛനെ ഇംഗ്ലീ ഷു പഠിപ്പിച്ചു. ദേശീയ പ്രസ്ഥാനത്തിലേക്കു കടന്ന മകനെ അച്ഛൻ നിരു ത്സാഹപ്പെടുത്തിയില്ല. വാരിക്കര കുടുംബം തന്നെ ഉത്തര കേരളത്തിലെ ദേശീയ പ്രസ്ഥാനത്തിൽ ശ്രദ്ധേയമായ പങ്കുവഹിച്ചു. വി ആർ നായ

നാർ സാമൂഹ്യ പരിഷ്കരണരംഗത്ത് അതുല്യനായിരുന്നു. കുഞ്ഞപ്പയുടെ മച്ചുനിയായിരുന്നു ഇദ്ദേഹം. തന്റെ വൈദ്യവിദ്യാഭ്യാസം പൂർത്തിയാ ക്കാതെ ദേശീയ പ്രസ്ഥാനത്തിലേക്കു കുതിച്ചുചാടുകയും ഹോസ്ദുർഗ്ഗ് താലൂക്കിൽ 1925 ൽ എ സി കണ്ണൻ നായർ തുടങ്ങിയവരോടൊപ്പം സംഘ ടിതമായ കോൺഗ്രസ് പ്രസ്ഥാനം കെട്ടിപ്പടുക്കുകയും ചെയ്ത വ്യക്തി യായിരുന്നു അദ്ദേഹം.

ഇന്ത്യൻ ദേശീയ പ്രസ്ഥാനത്തിലെ ഏറ്റവും ശ്രദ്ധേയമായ ഒരു വർഷമായിരുന്നു 1928. സൈമൺ കമീഷന്റെ ബഹിഷ്കരണംകൊണ്ടും ലാലാലജ് പത്രായിയെ പോലുള്ള ഒരു നേതൃത്വത്തെ ബഹിഷ്കരണ ത്തിന്റെ പേരിൽ ലാത്തി മർദ്ദനം നടത്തി ജീവൻ അപായപ്പെടുത്തുകയും ചെയ്ത ഒരു ഘട്ടമായിരുന്ന ആ വർഷം. ബ്രിട്ടീഷ് വിദ്യാകേന്ദ്രങ്ങൾ ബഹിഷ്കരിച്ച് ദേശീയ വിദ്യാകേന്ദ്രങ്ങളിലേക്കു ധാരാളമായി വിദ്യാർത്ഥി കൾ ഈ ഘട്ടത്തിൽ ആകർഷിക്കപ്പെട്ടിരുന്നു. പയ്യന്നൂരിലേയും മറ്റും വിദ്യാഭ്യാസം ബഹിഷ്കരിക്കുവാൻ ദേശീയപ്രസ്ഥാനത്തിന്റെ ചിന്തകളും ഒരു കാരണമായി.

തഞ്ചാവൂർ സംസ്കൃത കോളേജിൽ

അച്ഛൻ ദേശീയ പ്രസ്ഥാനത്തിന്റെ ഭാഗമെന്നോണം സംസ്കൃപഠ നത്തിൽ അത്യന്തം താല്പര്യം പ്രകടിപ്പിച്ചു. മകനെ തഞ്ചാവൂരിലെ തിരു വാടി (ഇന്ന് തിരുവയാർ) സംസ്കൃത കോളേജിൽ ചേർക്കുകയുണ്ടാ യി. സംസ്കൃത പഠനത്തിൽ താല്പര്യമെടുത്തപ്പോഴും ദേശീയ പ്രസ്ഥ ാനത്തിന്റെ ചിന്തകളിൽനിന്നും ആ വിദ്യാർത്ഥിക്കു വിട്ടുനില്ക്കുവാൻ കഴിഞ്ഞില്ല. ചിറയ്ക്കൽ സ്വദേശിയായ സംസ്കൃത പ്രൊഫസർ കൃഷ്ണ മാരാർ ആയിരുന്നു കുഞ്ഞപ്പയ്ക്ക് അവിടെ പ്രവേശനം ലഭ്യമാക്കാൻ സഹായിച്ചത്. പട്ടാമ്പി കോളേജിൽനിന്നും വന്ന പി കുഞ്ഞിരാമൻ നായർ അദ്ദേഹത്തിന്റെ സഹമുറിയനായിരുന്നു. സി കെ അപ്പുക്കുട്ടി ഗുപ്തൻ, പൊള്ളാച്ചിക്കാരനായ മുത്തുസ്വാമി എന്നിവർ കുഞ്ഞപ്പയുടെ ആത്മമി ത്രങ്ങളായിരുന്നു. ബ്രാഹ്മണരായ വിദ്യാർത്ഥികൾ വേദം ചൊല്ലുമ്പോൾ അബ്രാഹ്മണരായ ഇവരെ കണ്ട് "ശൂദ്രർ വരുകിറത് പൂട്ടിവയ്യ്" എന്ന് പറഞ്ഞ് ഗ്രന്ഥങ്ങൾ പൂട്ടിവയ്ക്കുമെന്ന് കുഞ്ഞപ്പ അനുസ്മരിക്കുന്നു. ഡോ. പനീർ ശെൽവത്തിന്റെ നേതൃത്വത്തിൽ കുഞ്ഞപ്പ നമ്പ്യാർ തഞ്ചാ വൂർ ദേശീയ പ്രസ്ഥാനത്തിൽ പങ്കെടുത്തിരുന്നു. ഡോ. ശെൽവം ജില്ലാ ബോർഡ് പ്രസിഡന്റും കൂടിയായിരുന്നു. കുഞ്ഞപ്പ അക്ഷമനാവുകയും കോൺഗ്രസുമായി ബന്ധപ്പെടുകയും ചെയ്തു. കോളേജ് പ്രിൻസിപ്പലിനു തന്റെ യാഥാസ്ഥിതികത്വം കാരണം കുഞ്ഞപ്പയുടെ ദേശീയ പ്രസ്ഥാന പ്രവർത്തനം ഇഷ്ടപ്പെട്ടില്ല. കുഞ്ഞപ്പയെ ക്യാമ്പസിൽനിന്നും പുറത്താ ക്കുവാൻ അദ്ദേഹം തീർച്ചപ്പെടുത്തി. ഇത് മനസ്സിലാക്കിക്കൊണ്ട് കൃഷ്ണ മാരാരുടെ ഉപദേശപ്രകാരം കോളേജിൽനിന്നും പുറത്താക്കുന്നതിന് മുമ്പ്

കുഞ്ഞപ്പ സ്വയം സ്ഥലം വിടുകയും ചെയ്തു. (കൂടുതൽ വസ്തുതു കൾക്ക് അനുബന്ധം കാണുക) എന്നാൽ തഞ്ചാവൂരിനേക്കാളും പ്രവർത്തനസ്വാതന്ത്ര്യം നിലനിന്നിരുന്ന മറ്റൊരു പഠനകേന്ദ്രം കുഞ്ഞ പ്പയെ കാത്തിരിക്കയായിരുന്നു.

വിജ്ഞാനദായിനി സ്കൂൾ

ഹോസ്ദുർഗ്ഗ് താലൂക്കിൽ 1925 ൽ ഇന്ത്യൻ നാഷണൽ കോൺഗ്ര സിന്റെ ഒരു ഘടകം രൂപീകരിക്കപ്പെട്ടതോടെ ദേശീയ വിദ്യാഭ്യാസം പ്രച രിപ്പിക്കുവാനുള്ള ഒരു കേന്ദ്രം സ്ഥാപിക്കണമെന്ന ആഗ്രഹം വിദ്വാൻ പി കേളുനായർ, എ സി കണ്ണൻനായർ തുടങ്ങിയവർക്കിടയിൽ വളരെ ശക്ത മായി. കേളുനായർ പട്ടാമ്പിയിൽ പുന്നശ്ശേരി നീലകണ്ഠ ശർമ്മയുടെ സംസ്കൃത വിദ്യാകേന്ദ്രത്തിൽ പഠനം നടത്തിയ ഒരു വ്യക്തിയും കറക ളഞ്ഞ ദേശീയ വാദിയുമായിരുന്നു.

വെള്ളിക്കോത്ത് വായനാശാല സ്ഥാപിച്ച സ്ഥലത്ത് വിജ്ഞാനദാ യിനി എന്ന സംസ്കൃത സ്കൂൾ 1926 ഏപ്രിൽ 17 ന് എ സി കണ്ണൻ നായർ തറക്കല്ലിടുകയും മെയ് 22 ന് അത് അദ്ദേഹത്തിന്റെ മാതുലൻ ഉദ്ഘാടനം ചെയ്യുകയും ചെയ്തു. ആരംഭത്തിൽ 95 വിദ്യാർത്ഥികൾ അവിടെ പഠിച്ചു. ഭാരത് മാതാകീ ജയ്. മഹാത്മാഗാന്ധീ കീ ജയ് എന്ന ആരവത്തോടെയായിരുന്നു ഉദ്ഘാടനം. മഹാകവി കുട്ടമത്തിന്റെ *ബാല ഗോപാലൻ* നാടകം അന്നവിടെ അരങ്ങേറിയിരുന്നു. വിജ്ഞാനദായിനീ സ്കൂൾ കുട്ടികൾക്കിടയിൽ വാദപ്രതിവാദവും മറ്റും നടത്തിയിരുന്നു. മടി യൻ കുഞ്ഞമ്പുനായരുടെ മകൾ നാരായണി 'തീണ്ടൽ വേണമോ വേണ്ടയോ' എന്ന വിഷയത്തിൽ ആ പ്രദേശത്ത് സ്ത്രീശബ്ദം ആദ്യ മായി അവതരിപ്പിച്ച കാര്യം കണ്ണൻ നായർ ഡയറിയിൽ രേഖപ്പെടുത്തുന്നു (1926 ആഗസ്ത് 6). നവംബറിൽ ഈ സ്കൂളിൽ വീണ്ടും *ബാലഗോപാ ലൻ* നാടകം അരങ്ങേറി. വേങ്ങയിൽ നായനാർ, എ സി കേളുനായർ കോടോത്ത് കുഞ്ഞിച്ചാത്തുനായർ എന്നിവർ ജനഹൃദയം പിടിച്ചെടുത്ത ഈ നാടകം കാണാനെത്തിയിരുന്നു. 1927 മെയ് 22 നു വാർഷികാഘോഷം നടത്തിയപ്പോൾ വീണ്ടും *ബാലഗോപാലൻ* നാടകം അഭിനയിച്ചു. *മാതൃ ഭൂമി* പത്രാധിപർ രാവുണ്ണി മേനോൻ, എൻ ടി കുഞ്ഞിരാമൻ, പയിനി, കേളുനായർ, കുട്ടമത്ത് കുന്നിയൂർ ശങ്കരക്കുറുപ്പ് എന്നിവരെല്ലാം അവിടെ പങ്കെടുത്തിരുന്നു. ഈ വിധത്തിൽ ഒരു ദേശീയ സംസ്കൃത സ്കൂൾ വെളിക്കോത്ത് വളർന്നുവന്നു. ഇത്തരം ശ്രദ്ധേയമായ ജനശ്രദ്ധയാ കർഷിച്ച ഒരു ദേശീയ സ്കൂളിലാണ് പിന്നീട് കുഞ്ഞപ്പ വിദ്യാർത്ഥിയായി എത്തിച്ചേർന്നത്. സ്കൂളിനെതിരായി പലരും അന്നു പ്രവർത്തിച്ചിരുന്നു. വിദ്യാർത്ഥികളുടെ മുണ്ടഴിച്ചുവിടുന്ന സംഭവംപോലും അവിടെ ഉണ്ടാ യിരുന്നു (ഡയറി, കണ്ണൻ നായർ, 1928 ഫെബ്രുവരി 14). ഒരു നിശാ പാഠ ശാലയും ഇതോടൊപ്പം പ്രവർത്തിച്ചുവന്നു. മംഗലാപുരത്ത് നടന്ന രാഷ്ട്രീയ കോൺഫറൻസിൽ ഇവിടുത്തെ മൂന്നു വിദ്യാർത്ഥികൾ 70

നാഴിക കാൽനടയായി സഞ്ചരിച്ച് പങ്കെടുക്കുകയും ചെയ്തിരുന്നു. ഇവിടെ പഠിക്കാനെത്തിയ കുഞ്ഞപ്പ പിന്നീട് വലിയ ദേശീയവാദിയായി വളർന്നുവരികയായിരുന്നു. എ സി കണ്ണൻനായർ, പി കേളുനായർ, ഇ രാഘവപ്പണിക്കർ, ദാമോദര ഭക്ത, കെ ടി കുഞ്ഞിരാമൻ നമ്പ്യാർ തുടങ്ങി അദ്ധ്യാപകർ കുഞ്ഞപ്പയുടെ വലിയ പ്രചോദനമായി മാറി. ഗാന്ധി കൃഷ്ണൻ നായർ (വി പി) വണ്ണാൻ അമ്പു, കെ മാധവൻ, പി കുഞ്ഞി രാമൻ നായർ തുടങ്ങിയവർ ഇവിടെ സഹപാഠികളായിരുന്നു.

പയ്യന്നൂരിൽവെച്ച് കേരളാ പ്രൊവിൻഷ്യൽ കോൺഗ്രസിന്റെ നാലാം സമ്മേളനം മെയ് 26, 27, 28 തീയതികളിൽ നടക്കുകയുണ്ടായി. കുഞ്ഞ പ്പ, പണ്ഡിറ്റ് ജവഹർലാൽ നെഹ്റു പങ്കെടുത്ത ആ സമ്മേളനത്തിലെ ഒരു വാളണ്ടിയറായി പ്രവർത്തിക്കുകയും ചെയ്തു. അവിടെ മഹാകവി വള്ളത്തോളിന്റെ ക്യാമ്പിൽ ഡ്യൂട്ടി ചെയ്തുവെന്നും ഗ്രൂപ്പ് ലീഡർ വിദ്വാൻ പി കേളുനായർ ആയിരുന്നുവെന്നും കുഞ്ഞപ്പ പില്ക്കാലത്ത് അനുസ്മ രിക്കുന്നത് കാണാം.

വെള്ളിക്കോത്തെ വിജ്ഞാനദായിനി സംസ്കൃത സ്കൂളിലെ പരി ശീലനവും എ സി കണ്ണൻനായർ, വിദ്വാൻ പി കേളുനായർ തുടങ്ങിയവ രുടെ കീഴിലുള്ള പഠനവും പ്രവർത്തനവും കുഞ്ഞപ്പയെ പൂർണ്ണമായും ദേശീയ പ്രസ്ഥാനത്തിലേക്ക് ആകർഷിച്ചു. പിന്നീട് പയ്യന്നൂരിൽ ഉപ്പുസ ത്യഗ്രഹം നടക്കുമ്പോൾ അതിൽ പ്രധാന പങ്കാളിയായി കുഞ്ഞപ്പ പങ്കെ ടുക്കുകയും തുടർന്ന് ഒരു വിപ്ലവകാരിയുടെ രാഷ്ട്രീയ ജീവിതത്തിലേക്കു പ്രവേശിക്കുകയും ചെയ്തു.

3
വളരുന്ന ദേശീയബോധം

കാഞ്ഞങ്ങാട് വെള്ളിക്കോത്ത് 1926 ൽ ആരംഭിച്ച വിജ്ഞാനദാ യിനി സംസ്കൃതസ്കൂൾ ദേശീയ വാദികളുടെ ഒരു കേന്ദ്രം കൂടിയായി രുന്നു. ഇവിടെ വിദ്യാർത്ഥിയായ കുഞ്ഞപ്പ നമ്പ്യാരുടെ ചിന്തകൾ തഞ്ചാ വൂരിലെന്നപോലെ ദേശീയ പ്രസ്ഥാനത്തെ കുറിച്ചായിരുന്നു. സ്കൂളിന്റെ ഉദ്ഘാടനം പോലും ഭാരത് മാതാകീ ജയ്, മഹാത്മാഗാന്ധികീ ജയ് എന്ന മുദ്രാവാക്യങ്ങൾക്കിടയിലായിരുന്നു. ഇതിന്റെ പ്രവർത്തനത്തിനു നേതൃത്വം കൊടുത്ത എ സി കണ്ണൻ നായർ, വിദ്വാൻ പി കേളുനായർ, കെ ടി കുഞ്ഞിരാമൻ നായർ, ദാമോദരൻ ഭക്ത, ഇ രാഘവപ്പണിക്കർ എന്നിവർ ദേശീയവാദികളായിരുന്നു. ഈ വിദ്യാലയത്തിലെ കെ മാധവൻ, കുഞ്ഞപ്പനമ്പ്യാർ വണ്ണാനമ്പു തുടങ്ങിയവർ ദേശീയവാദികളായി സ്വാത ന്ത്ര്യസമരത്തെയും കമ്മ്യൂണിസ്റ്റ് പ്രസ്ഥാനത്തെയും ദീർഘകാലം നയി ച്ചവരായി.

കുഞ്ഞപ്പയുടെ ദേശീയബോധം പൂർണ്ണമായും വളർത്തിയെടുത്ത ഒരു സംഭവം 1928 മെയ് 25, 26, 27 തീയതികളിൽ പച്ചന്ദൂരിൽവെച്ച് നടന്നതും ജവഹർലാൽ നെഹ്റുവടക്കം പങ്കെടുത്തതുമായ നാലാം രാഷ്ട്രീയ സമ്മേളനമായിരുന്നു. ആ സമ്മേളനത്തിൽ വള്ളത്തോളിന്റെ ക്യാമ്പിൽ പ്രവർത്തിച്ച ഒരു വാളണ്ടിയർ കുഞ്ഞപ്പയായിരുന്നു. ഗ്രൂപ്പ് ലീഡർ വിദ്വാൻ പി കേളുനായരും. ഇതിലൂടെ ഉത്തരകേരളത്തിലെ പ്രമു ഖരാഷ്ട്രീയനേതാക്കന്മാരുമായും മഹാകവി കുട്ടമത്ത്, വള്ളത്തോൾ അട ക്കമുള്ള സാംസ്കാരിക നായകന്മാരുമായും പരിചയപ്പെടാനുള്ള സന്ദർഭം കുഞ്ഞപ്പയ്ക്ക് ലഭിച്ചു.

എന്നാൽ പൂർണ്ണമായ അർത്ഥത്തിലുള്ള കുഞ്ഞപ്പയുടെ രാഷ്ട്രീയ പ്രവർത്തനം ആരംഭിക്കുന്നത് ഉപ്പുസത്യഗ്രഹവുമായി ബന്ധപ്പെട്ടാണ്.

1930 ഏപ്രിൽ 6 ന് ഗാന്ധിജി ദണ്ഡിയാത്ര നടത്തി ഉപ്പുകുറുക്കലിലൂടെ നിയമലംഘന സമരം നടത്തിയപ്പോൾ കേരളത്തിലെ പ്രാദേശിക കോൺഗ്രസ് കമ്മിറ്റിയും പയ്യന്നൂരിൽവച്ച് ഉപ്പുകുറുക്കി നിയമലംഘനം നടത്തുവാൻ തീരുമാനിച്ചു. *മാതൃഭൂമി* പത്രം താല്പര്യമുള്ള വളണ്ടി യർമാരിൽനിന്നും അപേക്ഷ ക്ഷണിച്ചു. അന്നു ലഭിച്ച 110 അപേക്ഷക രിൽ കെ കേളപ്പൻ തിരഞ്ഞെടുത്ത 33 പേരിൽ കുഞ്ഞപ്പ ഒരംഗമായി. പി കൃഷ്ണപിള്ള, കെ പി ഗോപാലൻ, കെ ടി കുഞ്ഞിരാമൻ നമ്പ്യാർ, ടി എസ് തിരുമുമ്പ് തുടങ്ങിയവർ അംഗങ്ങളായി. ഹോസ്ദുർഗ്ഗിലെ വിജ്ഞാനദായിനി സ്കൂളിൽ നിന്നും കെ മാധവൻ, വി പി കൃഷ്ണൻ നായർ (ഗാന്ധികൃഷ്ണൻ നായർ) വണ്ണാനമ്പു കുഞ്ഞപ്പയുടെ കൂടെ അംഗങ്ങളായിരുന്നു. മൊയ്യാരത്തു ശങ്കരൻ ജാഥയുടെ സജീവ പ്രവർത്ത കനായിരുന്നു.

കോഴിക്കോട് ഓർക്കാട്ട് ഭവനത്തിലെ ക്യാമ്പിൽനിന്നും ഏപ്രിൽ 13 നു ജാഥ പുറപ്പെട്ടു. കെ ടി കുഞ്ഞിരാമൻ നമ്പ്യാരിൽനിന്നും ത്രിവർണ്ണപതാക സ്വീകരിച്ച്, ഗാനങ്ങൾ ആലപിച്ച് ഈ ജാഥയിൽ കുഞ്ഞ പ്പ മുന്നോട്ടുപോയി. പിന്നീടൊരിക്കലും ആ യുവാവ് പിന്നോട്ടുപോയില്ല.

പയ്യന്നൂരിൽ ഉപ്പുകുറുക്കി ഇവർ നിയമലംഘനം നടത്തി. ഒരു പ്രസാ ദമായി കുറുക്കിയെടുത്ത ഉപ്പ് ജനങ്ങൾക്കിടയിൽ വിറ്റു. പിന്നീട് കോഴി ക്കോട്ടുവെച്ച് നിയമലംഘനം നടത്തിയ കുഞ്ഞപ്പയടക്കമുള്ള വാളണ്ടി യർമാരെ ലാത്തിച്ചാർജ്ജു ചെയ്തു. ഗാന്ധിജിയുടെ അറസ്റ്റിനെ തുടർന്ന് കണ്ണൂരിലും മറ്റും പ്രതിഷേധയോഗങ്ങൾ സംഘടിപ്പിച്ചു. വിളക്കുംതറ യിലെ പ്രതിഷേധയോഗത്തിനു നേതൃത്വം നല്കിയവർ സാമുവൽ ആറോൻ, കെ ടി കുഞ്ഞിരാമൻ നമ്പ്യാർ, കെ പി ഗോപാലൻ, കെ പി ആർ ഗോപാലൻ, കുഞ്ഞപ്പ, ടി സി നാരായണൻ നമ്പ്യാർ, വിഷ്ണുഭാര തീയൻ എന്നിവരായിരുന്നു. അവർ രഹസ്യമായെടുത്ത തീരുമാനപ്രകാരം കണ്ണൂരിലെ വിളക്കും തറയിലും പ്രതിഷേധയോഗം നടന്നു.

കുഞ്ഞപ്പ കേരളീയനായി മാറുന്നു

പ്രതിഷേധയോഗത്തിൽ കുഞ്ഞപ്പയടക്കം നിരവധി പ്രവർത്തകർ അറസ്റ്റു ചെയ്യപ്പെട്ടു. അവർ ആരും തന്നെ മാപ്പെഴുതിക്കൊടുത്തില്ല. ആയ തിനാൽ കോടതിയിൽ ഹാജരാക്കപ്പെട്ടു. വിഷ്ണുഭാരതീയൻ കോടതി യിൽ തന്റെ പേർ ഭാരതീയനെന്നും കുഞ്ഞപ്പ കേരളീയനെന്നും മറുപടി പറഞ്ഞു. പിന്നീട് കുഞ്ഞപ്പനമ്പ്യാർ അറിയപ്പെട്ടതു മരണംവരെ കെ എ കേരളീയൻ എന്നപേരിലായിരുന്നു. കേരളീയനു 9 മാസം ജയിൽ ശിക്ഷ ലഭിച്ചു.

കണ്ണൂർ ജയിലിൽ പല ഡെറ്റിന്യൂ തടവുകാരുമായി പരിചയപ്പെടാൻ കേരളീയനവസരം ലഭിച്ചു. ജയിൽ മോചിതനായതിനുശേഷം ഗാന്ധി യൻ കർമ്മപരിപാടികളായിരുന്നു കേരളീയന്റെ പ്രവർത്തനരംഗം.

അയിത്തം തുടങ്ങിയ അനാചാരങ്ങൾക്കെതിരായി ഗ്രാമങ്ങളിൽ

പ്രവർത്തിച്ചു. കാരണം ഈ അവസരം ഗുരുവായൂർ സത്യഗ്രഹം നട ക്കുന്ന അവസരമായിരുന്നു. പയ്യന്നൂരിനടുത്തു കണ്ടോത്ത് തീയ്യരുടെ ക്ഷേത്രത്തിനു സമീപത്തിലൂടെ ഹരിജനങ്ങളെ നയിച്ചുകൊണ്ടു കേര ളീയനും എ കെ ജിയും ഒരു ജാഥ നയിച്ചു. ക്ഷേത്ര ഭാരവാഹികൾ ജാഥയെ കടന്നാക്രമിച്ചു. കുറുവടിപ്പടയുടെ അടിയേറ്റ് എ കെ ജിയും കേരളീയനും ബോധരഹിതരായി നിലംപതിച്ചു. കേരളീയന്റെ മരണമൊ ഴിപോലും ഈ അവസരം രേഖപ്പെടുത്തിയിരുന്നു. കേരളീയൻ 1931 ഒക്ടോബറിൽ അനേകദിവസം ആശുപത്രിയിൽ കിടന്നു.

ഇതുകൊണ്ടാകാം ഗുരുവായൂർ സത്യഗ്രഹത്തിൽ കേരളീയനു പങ്കെടുക്കുവാൻ കഴിഞ്ഞില്ല. പക്ഷേ ചിറയ്ക്കൽ താലൂക്കിന്റെ പല ഗ്രാമ ങ്ങളിലും ഗുരുവായൂർ സത്യഗ്രഹത്തിന്റെ സന്ദേശം അദ്ദേഹം പ്രചരിപ്പി ച്ചു. അതോടൊപ്പം ഖാദി പ്രചരണം, മദ്യവർജ്ജനം തുടങ്ങിയ ഗാന്ധി യൻ പ്രവർത്തനങ്ങളും ഏറ്റെടുത്തു.

നിസ്സഹകരണപ്രസ്ഥാനം രണ്ടാമതും ആരംഭിച്ചപ്പോൾ ബ്രിട്ടീഷു കാരുടെ വനനിയമങ്ങൾക്കെതിരായി കാസർകോട്ടെ കാടകം വനത്തിൽ പ്രവേശിച്ചു മരങ്ങൾ മുറിക്കുന്ന സത്യഗ്രഹത്തിൽ കേരളീയനും പങ്കെ ടുത്തു. ഇതുവളരെ പ്രധാനമായ ഒരു സമരരംഗമായിരുന്നു. തുടർന്നുള്ള മറ്റുപ്രവർത്തനങ്ങൾ കാരണം വീണ്ടും 1932 ൽ അറസ്റ്റ് ചെയ്യപ്പെട്ടു. കണ്ണൂർ ജയിലിൽ ശിക്ഷിക്കപ്പെട്ടു. പി കൃഷ്ണപിള്ള ഈ അവസരം അവിടെ ജയിലിലുണ്ടായിരുന്നു. കൂടാതെ ബംഗാളിൽനിന്നും ഡെറ്റിന്യൂ തടവുകാരായി ത്രൈലോക്യനാഥചക്രവർത്തി, സെൻഗുപ്ത, കമല നാഥ് തിവാരി, ജയദേവ് കപൂർ, രമേശ് ചന്ദ്ര രൂപാൽ തുടങ്ങിയ ടെററിസ്റ്റുകൾ അവിടെ ഉണ്ടായിരുന്നു. ഒരവസരം ടെററിസത്തിന്റെ ആശയം കേരളീ യനെയും സ്വാധീനിച്ചുകാണും. മലബാറിലെ മറ്റുചില തടവുകാരും ഈ ആശയത്തിന്റെ സ്വാധീനത്തിൽപ്പെട്ടിരുന്നു. രാഷ്ട്രീയ പ്രവർത്തനം മുഴു വൻ സമയവും നടത്തേണ്ടതാണെന്നും ടൗൺവാസികളായ ചിലർ നട ത്തുന്നതുപോലെ ഡോക്ടർ ജോലിയും വക്കീൽ ജോലിയും കഴിഞ്ഞുള്ള ഞായറാഴ്ചകളിൽ നടത്തുന്ന കോൺഗ്രസ് വിനോദംകൊണ്ടു കാര്യം നടക്കില്ലെന്നും ഇവരെല്ലാം മനസ്സിലാക്കി.

ജയിൽവാസം ഇന്ത്യൻ രാഷ്ട്രീയ പശ്ചാത്തലം മനസ്സിലാക്കുവാനും മാർക്സിസം ലെനിനിസം പഠിക്കുവാനും കേരളീയന് ഒരവസരം നല്കി. കൂടാതെ പി കൃഷ്ണപിള്ള, കെ പി ആർ ഗോപാലൻ തുടങ്ങിയ പലരു മായും സുദൃഢബന്ധം സ്ഥാപിക്കുവാനും ഒരവസരമുണ്ടായി. ഇതു ശക്തമായ ഒരുതരം രാഷ്ട്രീയ വിദ്യാഭ്യാസഘട്ടമായി മാറി. ആശയപര മായുംചില മാറ്റങ്ങൾക്കു വഴിയൊരുക്കി.

കോൺഗ്രസ് സോഷ്യലിസ്റ്റ് പാർട്ടി

ഗാന്ധിജി നിസ്സഹകരണപ്രസ്ഥാനം പിൻവലിച്ചതോടെ മറ്റൊരു രാഷ്ട്രീയപ്രസ്ഥാനം ഇന്ത്യയിലാവശ്യമാണെന്നും അന്ന് ആശയപരമായി

സോഷ്യലിസത്തോടു കൂറുകാണിച്ച ചിലരെങ്കിലും വിശ്വസിച്ചു. ജയ പ്രകാശ് നാരായണൻ ഈ വിഷയത്തിൽ വലിയൊരു ആശയകേന്ദ്രമായി മാറി. അദ്ദേഹത്തിന്റെ Why Socialism എന്ന ഗ്രന്ഥത്തിനു മലയാള ത്തിലും വിവർത്തനം വന്നിരുന്നു. ഇന്ത്യൻ ബുദ്ധിജീവികൾ മാർക്സിന്റെ *കമ്യൂണിസ്റ്റ് മാനിഫെസ്റ്റോ*യുമായും പരിചയപ്പെട്ടിരുന്നു. ഈ പശ്ചാത്ത ലത്തിൽ ഇന്ത്യയിൽ 1934 ൽ കോൺഗ്രസ് സോഷ്യലിസ്റ്റ് പാർട്ടി രൂപീക രിക്കപ്പെട്ടു.

കോൺഗ്രസ് സോഷ്യലിസ്റ്റ് പാർട്ടി

തുടർന്ന് 1934 കോഴിക്കോട് ടൗൺഹാളിൽവെച്ച് പി കൃഷ്ണപിള്ള യുടെ നേതൃത്വത്തിൽ കോൺഗ്രസ് സോഷ്യലിസ്റ്റ് പാർട്ടി രൂപീകരിക്ക പ്പെടുകയുണ്ടായി. വടക്കെ മലബാറിലെ കാര്യങ്ങൾക്കായി കേരളീയനെ നിയമിക്കുകയും ചെയ്തു. സോഷ്യലിസ്റ്റ് ആശയം പ്രചരിപ്പിക്കുകയും എല്ലാതലങ്ങളിലും പാർട്ടിയുടെ ഘടകങ്ങൾ രൂപീകരിക്കുകയും ചെയ്തു. ചിറയ്ക്കൽ താലൂക്കിലെ പാർട്ടിയുടെ ഔദ്യോഗിക ഭാരവാഹിയായി കേര ളീയനെ നിയമിച്ചു.

ആദ്യകാലത്ത് കേരളീയൻ പ്രവർത്തിച്ചത് തൊഴിലാളിരംഗത്തായി രുന്നു. എൻ സി ശേഖർ, പി കൃഷ്ണപിള്ള എന്നിവരോടൊപ്പം തിരുവ ണ്ണൂർ, ഫറോക്ക്, ചെറുവണ്ണൂർ, കോഴിക്കോട്, പാപ്പിനിശ്ശേരി എന്നിവിട ങ്ങളിൽ കേരളീയൻ പ്രവർത്തിച്ചിരുന്നു. ദേശീയ പ്രസ്ഥാനത്തെയും ദേശീയബോധത്തെയും തൊഴിലാളികളുടെ വർഗ്ഗ സംഘടനയിലൂടെ പ്രചരിപ്പിക്കുകയെന്നത് ഈ പ്രവർത്തകരുടെ ലക്ഷ്യമായിരുന്നു. അന്നത്തെ പ്രവർത്തനങ്ങളെപ്പറ്റി കേരളീയൻ എഴുതി:

> തൊഴിലാളി ജാഥകൾ നയിക്കുക, പൊതുയോഗങ്ങളിൽ പ്രസം ഗിക്കുക പണിമുടക്കിയ തൊഴിലാളികളുടെ വീടുകളിൽ ചെന്ന് അവരെ ഉശിരുപിടിപ്പിക്കുക, തൊഴിലാളികളോടൊപ്പം പണിമുടക്ക് വിജയിപ്പിക്കാനാവശ്യമായ സഹായങ്ങൾ സംഘടിപ്പിക്കുവാൻ നാട്ടുകാർക്കിടയിൽ വീടുകൾ തോറും കയറിയിറങ്ങുക, ചെറുയോ ഗങ്ങൾ സംഘടിപ്പിച്ചു പ്രസംഗിക്കുക ഇതെല്ലാം പ്രവർത്തകരായ ഞങ്ങളുടെ ചുമതലയായിരുന്നു. (*കേരളീയന്റെ ലേഖനങ്ങൾ* 1997, പു. 244- 5)

ഇതെല്ലാം അന്നത്തെ നാഷണൽ കോൺഗ്രസിന്റെ പ്രവർത്തനരീ തികളിൽനിന്നും തികച്ചും വ്യത്യസ്തമായിരുന്നു. അന്നു നടന്ന തൊഴി ലാളി സമരങ്ങൾ പ്രത്യേകിച്ചും ജോലിസമയം കുറയ്ക്കുവാനും കൂലി വർദ്ധിപ്പിക്കുവാനും വേണ്ടിയുള്ള സമരങ്ങൾ ഒരു പുതിയ അവബോധം തൊഴിലാളികളിൽ വളർത്തിയെടുത്തു.

കേരളീയൻ അനുസ്മരിക്കുന്നു:

സഖാവ് പി കൃഷ്ണപിള്ള മലബാറിൽ കോൺഗ്രസ് പ്രസ്ഥാനം സ്ഥിരമായും നാടാകെ വ്യാപിക്കുന്നതിനും സ്ഥിരം പ്രവർത്തകരെ സംഘടിപ്പിക്കുവാൻ ഉഴിഞ്ഞുവെച്ച കാലമായിരുന്നു. കോഴിക്കോട്, കണ്ണൂർ, പാപ്പിനിശ്ശേരി എന്നിവിടങ്ങളിൽ ആവേശകരമായ പണി മുടക്കം നടക്കുന്നു. അക്കാലത്തു പണിമുടക്കുകേന്ദ്രങ്ങളിലും തൽസംബന്ധമായി ചുറ്റുപാടുമുള്ള നാട്ടിൻപുറങ്ങളിലും ഞങ്ങ ളെപ്പോലുള്ള പ്രവർത്തകന്മാരെല്ലാം കേന്ദ്രീകരിച്ചു പ്രവർത്തി ക്കുക പതിവായിരുന്നു. ശ്രീ. കേളപ്പനെപ്പോലുള്ള ദേശീയ നേതാ ക്കന്മാർ സ. കൃഷ്ണപിള്ള നയിക്കുന്ന പണിമുടക്ക് സമരങ്ങളിൽ, തൊഴിലാളി യോഗങ്ങളിൽ പ്രസംഗിക്കുന്നു. ഇടിയും അടിയും സാധാരണമായിരുന്നു (*കേരളീയന്റെ ലേഖനങ്ങൾ*, 1997, 244).

ഇതെല്ലാം ദേശീയ പ്രസ്ഥാനത്തെ മലബാറിൽ കൂടുതൽ ശക്ത മാക്കി. സമൂഹത്തിന്റെ വരേണ്യശ്രേണിയിൽനിന്നും (ഭദ്രാലോക്) തൊഴി ലാളി കർഷകസംഘടനകളിലൂടെ താഴ്ന്ന സാമൂഹങ്ങളിലേക്ക് ദേശീയ പ്രസ്ഥാനം വ്യാപിക്കപ്പെട്ടു. മുൻപ് നാലായിരത്തോളം വരുന്ന കോൺഗ്രസിന്റെ അംഗസംഖ്യ നാൽപതിനായിരത്തിൽ താഴെ എത്തി. കേരളീയൻ ഒരവസരം സൂചിപ്പിച്ചതുപോലെ പച്ചപ്പുല്ലു കണ്ട പശുക്ക ളെപ്പോലെ കർഷകർ കർഷകസംഘത്തിനു പിന്നാലെ പോയെന്നു പറ യാം.

കോൺഗ്രസ് സംഘടനയ്ക്കുള്ളിൽ നിന്നുതന്നെ പ്രവർത്തിച്ചു കൊണ്ടു കോൺഗ്രസ് സോഷ്യലിസ്റ്റുകൾ തങ്ങളുടേതായ ഒരു പ്രസ്ഥാ നത്തിനു മലബാറിൽ അടിത്തറയിട്ടു. ഇതിനുവേണ്ടി പ്രവർത്തിച്ച ഒരു പ്രധാനവ്യക്തിത്വം കേരളീയനായിരുന്നു.

കോൺഗ്രസ് സോഷ്യലിസ്റ്റ് പാർട്ടിയുടെ യുവനേതൃത്വം എന്ന ആശ യത്തിൽ ഇ എം എസ് പ്രസിഡന്റായും കൃഷ്ണപിള്ള സെക്രട്ടറിയായും തിരഞ്ഞെടുക്കപ്പെട്ടു. പാർട്ടി പിന്നീട് കർഷകരംഗത്തു പ്രവർത്തിക്കുവാ നാണ് കേരളീയനെ നിയോഗിച്ചത്. കോൺഗ്രസ് കറാച്ചി പ്രമേയം ഒരു പുതിയ ആവേശം പ്രവർത്തകർക്കു നല്കി. ഒരേസമയം തന്നെ ഒരാൾ പല കമ്മിറ്റികളിലും പ്രവർത്തിച്ചിരുന്നു. മുഴുവൻസമയ പ്രവർത്തകരെ ഗ്രാമങ്ങളിൽ കണ്ടെത്തുവാൻ കൃഷ്ണപിള്ള അഹോരാത്രം പ്രവർത്തിച്ചു. വീടുകളിലെ അടുക്കളകളിൽപോലും ദേശീയതയുടെ സന്ദേശം പ്രചരിപ്പിച്ചു. 1934 മുതൽ 40 വരെ ദേശീയതയുടെയും വർഗ്ഗ സംഘടനാ ബോധത്തിന്റെയും ആശയങ്ങളെ മലബാറിലെങ്ങും പ്രചരി പ്പിക്കുവാൻ ഇത് കാരണമായി. കൂടാതെ മുഴുവൻ സമയവും പ്രവർത്തി ക്കുവാൻ സന്നദ്ധമായ അനേകം പ്രവർത്തകരെ വാർത്തെടുക്കുവാനും ഈ പ്രവർത്തനങ്ങൾക്ക് കഴിഞ്ഞു. ദേശീയ പ്രസ്ഥാനത്തിന്റെ ഒരു പുതിയ നേതൃത്വമാണ് ഇത്തരത്തിൽ മലബാറിൽ ഉയർന്നുവന്നത്.

4

കർഷകബന്ധു

കോൺഗ്രസ് സോഷ്യലിസ്റ്റ് പാർട്ടിയുടെ ഭാരവാഹിയെന്ന നില യിൽ കേരളീയന്റെ പിന്നീടുള്ള പ്രവർത്തനങ്ങൾ പ്രധാനമായും സാമ്രാ ജ്യത്വത്തിനും ജന്മിത്തത്തിനും എതിരായി കർഷകരെ സംഘടിപ്പിക്കുക എന്നതായിരുന്നു. ഇതിന്റെ പ്രാഥമിക പ്രവർത്തനമായി കേരളീയൻ 1921 ലെ മലബാർ കലാപത്തിന്റെ രംഗഭൂമിയായ തെക്കെ മലബാറിലെ ഏറ നാട്, വള്ളുവനാടു താലൂക്കുകളിൽ വിപുലമായി സഞ്ചരിക്കുകയുണ്ടാ യി. അന്നു നിലവിലുള്ള കാർഷിക പ്രശ്നങ്ങളെപ്പറ്റി ശരിയായ ഒരറിവു നേടുവാൻ ഈ യാത്രകൾ ഉപകരിച്ചു.

ഒന്നാം ലോകയുദ്ധത്തിനു ശേഷം തുടർച്ചയായി സാമ്പത്തിക മാന്ദ്യം കേരളത്തിന്റെ ഗ്രാമങ്ങളിൽ അനുഭവപ്പെട്ടിരുന്നു. എ കെ ജി തന്റെ ആത്മകഥയിൽ 30 കളിലെ മാന്ദ്യം എത്രമാത്രം ഓരോ കുടുംബത്തെയും ബാധിച്ചുവെന്നു ചിത്രീകരിച്ചുകാണാം. ജന്മികുടുംബാംഗങ്ങളായ കണ്ണൻ നായർപോലും അനുഭവിച്ച ദാരിദ്ര്യത്തെപ്പറ്റി ഡയറിക്കുറിപ്പുകൾ പ്രതി പാദിക്കുന്നു.

എന്തൊരു ദാരിദ്ര്യമാണീശ്വരാ! നീലേശ്വരത്തിറങ്ങി ഒരു മുക്കാ ലുമായി (1/64 ക) ഒരു കോടീശ്വരനെപ്പോലെ ഞാൻ കടവിൽ ചെന്നു. ഉക്കാരേട്ടനുമായി സംസാരിച്ചു. എന്നോട് 4ണ ചോദിച്ചു. വാസ്തവം പറഞ്ഞു. ഒടുവിൽ ആ മുക്കാലും അവിടെ കൊടു ത്തു (ഡയറി 1936 ഡിസംബർ 30).

പിറ്റേദിവസം കേരളീയൻ വന്നുവെന്നും പോകുമ്പോൾ 8 അണ കൊടുത്തുവെന്നും കണ്ണൻ നായർ കുറിക്കുന്നു. ഇത്തരം ഒരു സാമ്പ ത്തിക ഘട്ടത്തിലാണ് കോൺഗ്രസ് സോഷ്യലിസ്റ്റ് പാർട്ടി കർഷകപ്ര

സ്ഥാനവുമായി മുന്നോട്ടുവരുന്നത്. തങ്ങളുടെ പാട്ടം ചുരുക്കിക്കിട്ടണ മെന്നു കർഷകർക്കു യജമാനന്മാരെ കണ്ടു മുമ്പുതന്നെ ആവലാതി ബോധിപ്പിച്ചുവന്നിരുന്നു (കണ്ണൻ നായർ ഡയറി 1931 നവംബർ 20).

എന്നാൽ ഈ പ്രവർത്തനങ്ങൾക്കെല്ലാം സംഘടിത രൂപം കൊടു ക്കുകയെന്നതായിരുന്നു 1936 ൽ ലഖ്നൗവിൽ രൂപീകരിച്ച അഖി ലേന്ത്യാ കിസാൻ സംഘടനയുടെ ലക്ഷ്യം. അതിനിടയിൽ ഞങ്ങൾ കർഷകസംഘം എന്ന പേരിൽ ഒന്നുണ്ടാക്കി. അതു കോൺഗ്രസിൽനിന്നും സ്വതന്ത്രമായിരുന്നു. ഭാരവാഹികൾ ഞങ്ങൾ തന്നെയാണെങ്കിലും (*കേരളീയൻ ലേഖനങ്ങൾ*, 1997 പു 249). അതിന്റെ ഒരു പശ്ചാത്തലം ഇപ്രകാരമായിരുന്നു.

നണിയൂരിൽ അമ്പുക്കുട്ടി എന്ന കർഷകന്റെ കുരുമുളക് പാട്ടം കരു മാരത്ത് നമ്പൂതിരി എന്ന ജന്മി നിർബ്ബന്ധപൂർവ്വം പിടിച്ചെടുത്തതിനെതി രായി 1935 ജൂലായ് മാസം കൊളച്ചേരി അംശത്തിൽ ആദ്യമായി കർഷ കസംഘം വിഷ്ണുഭാരതീയന്റെ ഭവനത്തിൽ വെച്ചു രൂപീകരിച്ചു. ഭാര തീയൻ പ്രസിഡന്റും കേരളീയൻ സെക്രട്ടറിയുമായി. തുളസിലാക്കണ്ടി, ചെമ്മരത്തി എന്നിവരുടെ അവശകതകളും സംഘം ഇടപെട്ടു പരിഹരി ക്കുകയുണ്ടായി. തുടർന്ന് പലപ്രദേശങ്ങളിലും സംഘം രൂപീകരിച്ചു. കരി വെള്ളൂരിൽ എ വി കുഞ്ഞമ്പു, എം പി അപ്പുമാസ്റ്ററും ഇതിനു നേതൃത്വം കൊടുത്തു. ഇവർ അഭിനവ ഭാരതീയ യുവക് സംഘത്തിന്റെ ഇത്തരം പ്രവർത്തനങ്ങൾ കാസർകോടുതാലൂക്കിലും വ്യാപിപ്പിച്ചു (കെ കെ എൻ കുറുപ്പ്, *കയ്യൂർ റയറ്റ്*, കോഴിക്കോട് 1978 കാണുക).
ഒരു വർഷത്തിനിടയിൽ സംഘത്തിന്റെ പ്രവർത്തനം ചിറയ്ക്കൽ താലൂക്ക് മുഴുവൻ വ്യാപിപ്പിച്ചു. അഖില മലബാർ കർഷകസംഘം രൂപീ കൃതമായി. കേരളീയൻ സെക്രട്ടറിയും പി നാരായണൻ നായർ പ്രസി ഡന്റുമായിരുന്നു. പല ജന്മിമാരുടെയും ഭവനങ്ങളിലേക്കു കർഷക ജാഥ കൾ വീണ്ടും കേരളീയനും മറ്റും സംഘടിപ്പിച്ചു. ജാഥകൾ, സമ്മേളന ങ്ങൾ, പ്രവർത്തനത്തിന്റെ ഒരു പുതിയ ആയുധമാക്കി മാറ്റി. ബക്കള ത്തുനിന്നും കരക്കാട്ടിടം നായനാരെ കാണുവാൻ പോയ ജാഥയിൽ ഏഴാ യിരം കർഷകർ പങ്കെടുത്തു. ഇത്തരം ജാഥകളെ ഗവൺമെന്റ് വിലയി രുത്തിയത് ഇപ്രകാരമാണ്.

കർഷകരുടെ ദാരിദ്ര്യത്തെ വിവരിച്ചുകൊണ്ട് ഈ പ്രതി (കേരളീ യൻ) പറഞ്ഞു: കർഷകർ തങ്ങളുടെ ജോലി ചെയ്താലും ദാരി ദ്ര്യവും പട്ടിണിയും അജ്ഞതയും അനുഭവിക്കുന്നു. ഇതാകട്ടെ ഇന്നത്തെ നിരുത്തരവാദപരമായ ഗവൺമെന്റ് സൃഷ്ടിക്കുന്നതും ഇന്നു നിലനിന്നുവരുന്ന ഗവൺമെന്റ് മുതലാളിമാരുടെയും ജന്മി മാരുടെയും ഇടയിലുള്ളതും ജനങ്ങളെ ചൂഷണം ചെയ്യുവാൻ സഹായിക്കുന്നതുമാണ്. വിദേശികളുടെ ഗവൺമെന്റ് കർഷകർ പട്ടിണി കിടക്കുമ്പോൾ അവന്റെ അദ്ധ്വാനത്തിന്റെ ഫലം അവന

വകാശപ്പെട്ടവ വിദേശത്തേക്കു കയറ്റുമതി ചെയ്യുന്നു. ഈ ഗവൺമെന്റ് ഇല്ലാതാകുമ്പോൾ മാത്രമേ ഈ സ്ഥിതിക്കറുതി വരി കയുള്ളൂ.

പ്രാസംഗികൻ പിന്നീട് റഷ്യയിലെ കർഷകന്റെ സുഖം നിറഞ്ഞ ജീവിതവുമായി താരതമ്യപ്പെടുത്തുകയും സാമ്രാജ്യത്വത്തിനും മുതലാളിത്തത്തിനും ജന്മിമാർക്കുമെതിരായി പ്രസംഗം നടത്തു കയും ചെയ്തു. (തമിഴ്നാട് ആർക്കൈവ്സ്, ജി ഒ ഹോം ഡിപ്പാർട്ടു മെന്റ്, എം എസ് നമ്പർ 3104. 9 ആഗസ്ത് 1937)

റഷ്യൻ വിപ്ലവത്തിന്റെയും മാർക്സിസം ലെനിനിസത്തിന്റെയും ആശയങ്ങൾ സംഘം സാധാരണ കർഷകരിൽ എത്തിച്ചുവെന്നു കാണാം. ജന്മിമാർ സംഘത്തിനെതിരായി പല കള്ളക്കേസുകളും ഉണ്ടാക്കി കോട തികളെ മർദ്ദനത്തിനുള്ള ഉദാഹരണമാക്കി മാറ്റിയതും കാണാം.

സംഘം രൂപീകരിച്ചതിനുശേഷം എ കെ ജിയുടെ നേതൃത്വത്തിൽ ഒരു പട്ടിണി ജാഥ മദ്രാസിലേക്കു പോയിരുന്നു. കെ പി ആർ ഗോപാ ലനും കേരളീയനുമാണ് ജാഥയ്ക്കാവശ്യമായ ഗാനങ്ങൾ രചിച്ചത്.

പട്ടിണിയായ്, പട്ടിണിയായ് നാടാകെ പട്ടിണിയായ്'

എന്ന പ്രശസ്ത ഗാനം ഈ അവസരത്തിൽ കേരളീയൻ രചിച്ചു. ഇത്തരം ഒരു ജാഥയുടെ പശ്ചാത്തലം എ കെ ജിയും പി കൃഷ്ണപി ള്ളയും തമ്മിലുള്ള ചില അഭിപ്രായവ്യത്യാസങ്ങളായിരുന്നുവെന്നും ഈ ലേഖകനോടു കേരളീയൻ അനുസ്മരിച്ചിരുന്നു. കേരളീയനെ ഈ അവ സരം വിദ്വേഷം പ്രചരിപ്പിക്കുന്നുവെന്നതിന്റെ പേരിൽ ഒരുവർഷം ജയി ലിൽ ശിക്ഷിക്കപ്പെട്ടു.

ചിറയ്ക്കൽ താലൂക്കിലെ ഒരു പ്രധാന പ്രശ്നം പുനം കൃഷിയായി രുന്നു. പല ജന്മിമാരും കർഷകർക്കു ഭൂമിപാട്ടത്തിനു നല്കിയിരുന്നില്ല. സംഘത്തിന്റെ പ്രവർത്തനങ്ങൾ ഭൂമി കിട്ടുവാൻ നിയമപരമായുള്ള പരി ശ്രമങ്ങളും സ്വീകരിച്ചിരുന്നു. കർഷകസംഘം പ്രവർത്തകനായ കെ മാധ വൻ കേരളീയൻ നല്കിയ ഒരുപദേശം വളരെ ശ്രദ്ധേയമാണ്. "വീടു മായി ബന്ധം പാടില്ല. വിവാഹം കഴിക്കരുത്. കർഷകരുടെ കുടിലിൽ ചെന്നാൽ ഇളനീർ കുടിക്കരുത്. കഞ്ഞിവെള്ളം ചോദിച്ചുവാങ്ങിക്കുടി ക്കണം." (കേരളീയൻ, *വാമൊഴി ചരിത്രം* പു. 20)

ജാതിവ്യവസ്ഥ സൃഷ്ടിച്ച അയിത്തത്തെ ലംഘിക്കുവാനായിരുന്നു കഞ്ഞിവെള്ളം വാങ്ങി കുടിക്കുവാൻ ആവശ്യപ്പെട്ടതെന്നു കാണാം.

ജന്മിയുടെ മുഴുവൻ നികുതി ബാക്കിക്കുവേണ്ടി ഏതെങ്കിലും ഒരു സർവ്വെ നമ്പറിലുള്ള മുഴുവൻ നെൽകൃഷിയും ജപ്തി ചെയ്യുന്ന രീതി അന്നു നിലവിലുണ്ടായിരുന്നു. ഇത് കാസർകോടു താലൂക്കിൽ ഒരു പതിവു രീതിയായിരുന്നു. അതില്ലാതാക്കുവാൻ കർഷകസംഘം നടത്തിയ പ്രക്ഷോഭങ്ങൾ വളരെ ശ്രദ്ധേയമായിരുന്നു.

'കുടിയാന്മാരുടെ കഴുത്തിൽ കയറു' എന്ന കേരളീയന്റെ ലേഖനം ഇത്തരം നികുതി ജപ്തികൾക്കെതിരെയുള്ള സമീപനം വ്യക്തമാക്കു

ന്നു. ടി എസ് തിരുമുമ്പ് മംഗലാപുരം കലക്ടർക്കു കൊടുത്ത മെമ്മോ റാണ്ടം ശ്രദ്ധേയമായ ഒന്നാണ്.

അതുപോലെ വാശി, നുരി, മുക്കാൽ തുടങ്ങിയ അക്രമപ്പിരിവുൾക്കെ തിരായും സംഘം പ്രതിഷേധസമരങ്ങളിലേർപ്പെട്ടു.

ഓരോ ഗ്രാമത്തിലും കർഷകസംഘം ജന്മിത്തത്തിന്റെ അക്രമ ങ്ങൾക്കെതിരായി പ്രതിഷേധിക്കുന്ന ഒരു ജീവത്തായ സംഘടനയായി. ഒരു കൃഷിക്കാരനെ ഒഴിപ്പിച്ചാൽ മറ്റൊരാൾ ആ നിലം കൃഷിക്കേറ്റെടു ക്കുവാൻ മുന്നോട്ടുവരാത്ത സംഘടിത ബോധം സംഘത്തിനു വളർത്തി യെടുക്കാൻ കഴിഞ്ഞു. കേരളീയൻ, മാർക്സ് പറഞ്ഞതുപോലെ കർഷ കർ ഒരുകൂട്ടം ഉരുളക്കിഴങ്ങിന്റെ ചാക്കാണെന്ന നിർവ്വചനം തെറ്റാണെന്നു തെളിയിക്കുകയാണുണ്ടായത്.

ഇതേഘട്ടത്തിൽ ജന്മിത്തത്തിനു നിയമപരമായി ഒരു വലിയ ആ ഘാതം ഏല്ക്കേണ്ടിവന്നു. അത് 1933 ലെ മലബാർ മരുമക്കത്തായ നിയമം നായർ തറവാടുകളിൽ ആളോഹരി സ്വത്തുക്കൾ ഭാഗവിഹിതം ഏർപ്പെ ടുത്തുന്ന ഒരു നിയമം നടപ്പിൽ വരുത്തി. അതു പൂർണ്ണമായും പല തറ വാടുകളെയും ഭാഗവ്യവഹാരങ്ങളിലേക്ക് നയിച്ചു. തറവാടുകളുടെയും ജന്മിമാരുടെയും ശക്തികുറയ്ക്കുകയും ചെയ്തു. ഇത്തരം ഒരു നിയമ നിർമ്മാണത്തിനുള്ള സമ്മർദ്ദം ദേശീയ പ്രസ്ഥാനത്തിന്റെ ഭാഗമായിരുന്നു.

സംഘം നാല്പതുകളിൽ

സംഘം കർഷക ഋണാശ്വാസത്തിനുവേണ്ടിയും വെറും പാട്ടകർഷ കരുടെ സ്ഥിരാവകാശം, മര്യാദപാട്ടം എന്നിവയ്ക്കുവേണ്ടിയും മദ്രാസിൽ 1938 ൽ ഒരു കോൺഗ്രസ് ഗവൺമെന്റ് അധികാരത്തിൽ വന്നപ്പോൾ സജീവമായി പ്രവർത്തിച്ചു. കുട്ടികൃഷ്ണമേനോൻ കുടിയായ്മ കമ്മിറ്റി രൂപീകരിച്ചത് ഈ പശ്ചാത്തലത്തിലായിരുന്നു. രണ്ടാംലോക മഹായു ദ്ധകാലമായിരുന്നതിനാൽ 1940 ൽ കമ്മിറ്റി സമർപ്പിച്ച റിപ്പോർട്ടു നടപ്പി ലായില്ല. എങ്കിലും ഇ എം എസ് തുടങ്ങിയ സംഘത്തിന്റെ നേതൃത്വം സമർപ്പിച്ച ഭിന്നാഭിപ്രായക്കുറിപ്പ് ഇന്ത്യയിൽ തന്നെ ജന്മിത്തം അവസാ നിപ്പിക്കണമെന്ന പ്രത്യയശാസ്ത്രപരമായ ഒരു കാഴ്ചപ്പാടാണ്.

കോൺഗ്രസ് സോഷ്യലിസ്റ്റ് പാർട്ടിയും അതിന്റെ എല്ലാ പോഷക സംഘടനകളും യുദ്ധം പ്രഖ്യാപിക്കപ്പെട്ടതോടെ 1939 ന്റെ അവസാനം പിണറായിയിൽ സമ്മേളിച്ച് കമ്യൂണിസ്റ്റ് പാർട്ടിയായി രൂപപ്പെടുകയും ഒളിവിൽ പ്രവർത്തിക്കുവാൻ തീരുമാനിക്കുകയും ചെയ്തു. ഇന്ത്യാ ഗവൺമെന്റ് 1934 മുതൽ കമ്യൂണിസ്റ്റ് പാർട്ടിയെ നിരോധിച്ചിരുന്നു. ഇതേ അവസരം 1937 ൽ കോഴിക്കോടുവെച്ച് ഘാട്ടെ, ഇ എം എസ്, എൻ സി ശേഖർ, കെ ദാമോദരൻ, പി കൃഷ്ണപിള്ള എന്നിവരടങ്ങിയ ഒരു പാർട്ടി ഘടകം രഹസ്യമായി രൂപീകരിച്ചിരുന്നു. കോൺഗ്രസിലെ വലതുപക്ഷം ഇടതുപക്ഷക്കാരോട് വളരെ പ്രതികാരബുദ്ധിയോടെയാണ് പ്രവർത്തി ച്ചിരുന്നത്. ഇന്നും ആശയപരമായ ഈ വൈരുദ്ധ്യവും വിദ്വേഷവും തുടർന്നുവരുന്നു. പക്ഷേ രാഷ്ട്രീയ പ്രസ്ഥാനങ്ങൾക്കിടയിൽ ഇത്തരം

വിദ്വേഷത്തിന്റെ ആവശ്യകതയില്ല. ബഹുജനക്ഷേമമാണ് എല്ലാ പ്രസ്ഥാ നത്തിന്റെയും അടിസ്ഥാനലക്ഷ്യം.

കേരളീയൻ സെക്രട്ടറിയും സർദാർ ചന്ദ്രോത്തു കുഞ്ഞിരാമൻ നായർ സെക്രട്ടറിയുമായുള്ള മലബാർ ജില്ലാ കോൺഗ്രസ് കമ്മിറ്റിയെ 1936 ൽ കോൺഗ്രസ് വലുതപക്ഷം പിരിച്ചുവിട്ടിരുന്നു. നെഹ്റുവിനു നല്കിയ അപ്പീലിൽ വീണ്ടും കേരളീയന്റെ കമ്മിറ്റിയെ പ്രവർത്തനക്ഷ മമാക്കുകയാണുണ്ടായത്.

പാർട്ടി രൂപീകരിച്ചപ്പോൾ കേരളീയനെ മദ്രാസിലെ പ്രവർത്തനങ്ങൾ പ്രാവർത്തികമാക്കുവാൻ നിയോഗിച്ചു. അവിടെ ഒളിവിൽ പ്രവർത്തിക്കെ അറസ്റ്റ് ചെയ്യപ്പെട്ടു. മോഹൻകുമാരമംഗലം, പി രാമമൂർത്തി എന്നിവരും ഈ കേസിൽ അറസ്റ്റ് ചെയ്യപ്പെട്ടിരുന്നു. കേരളീയനെ ആലിപ്പൂർ ജയിലിലേക്കാണ് അയച്ചത്.

1940 സെപ്തംബർ 15

യുദ്ധകാലത്തെ ക്ഷാമസ്ഥിതിക്കും കരിഞ്ചന്തയ്ക്കുമെതിരെ 1940 സെപ്തംബർ 15 ന് കരിദിനം ആചരിക്കാൻ കർഷകസംഘം തീരുമാനിച്ചു. സംഘത്തിന്റെ യോഗങ്ങൾ കലക്ടർ നിരോധിച്ചു. തല ശ്ശേരി, മട്ടന്നൂർ, മൊറാഴ എന്നിവിടങ്ങളിലെ പ്രക്ഷോഭങ്ങളും ഏറ്റുമുട്ട ലുകളും സംഘത്തെ നിരോധിക്കുവാനിടയാക്കി. പിന്നീട് സംഘം കിസാൻ സംഘമായി പ്രവർത്തിച്ചു. യുദ്ധത്തെ സാമ്രാജ്യത്വ യുദ്ധം എന്ന നിലയിലാണ് പാർട്ടി സമീപിച്ചിരിക്കുന്നത്. എന്നാൽ റഷ്യയെ ജർമ്മനി ആക്രമിച്ചതോടുകൂടി അതു ജനകീയ യുദ്ധമായി വ്യാഖ്യാനിക്കപ്പെട്ടു. കയ്യൂരിൽ നടന്ന 1941 ലെ പ്രക്ഷോഭം കാരണം നാലു കർഷകസംഘ പ്രവർത്തകരെ 1942 ൽ തൂക്കിലേറ്റുകയുണ്ടായി.

സംഘം ഈ അവസരം പ്രധാനമായും ക്ഷാമനിവാരണ പ്രവർത്ത നങ്ങളിലും പകർച്ചവ്യാധികളെ തടയുന്നതിലും ജനക്ഷേമകരമായി പ്രവർത്തിച്ചു.

എന്നാൽ യുദ്ധം അവസാനിച്ചതോടെ 1946 ആഗസ്ത് 5 നു കമ്യൂ ണിസ്റ്റ് പാർട്ടി വീണ്ടും സാമ്രാജ്യത്വവിരുദ്ധ പ്രക്ഷോഭം മുന്നോട്ടുകൊ ണ്ടുപോകുവാനുള്ള പ്രവർത്തനങ്ങൾ ആരംഭിച്ചു. ജയിലിൽനിന്നും മട ങ്ങിയെത്തിയ കേരളീയൻ തരിശുഭൂമി അടിസ്ഥാനമാക്കി 1946 ൽ ഡിസം ബർ 15 നു മുമ്പ് പ്രക്ഷോഭങ്ങളുടെ രൂപരേഖയുണ്ടാക്കി. പുന്നപ്രവയ ലാർ തുടങ്ങിയ അനേകം സമരങ്ങൾ ഈഘട്ടത്തിലായിരുന്നു. ക്രമേണ പാർട്ടിയെയും പോഷകസംഘടനകളെയും മദ്രാസ് ഓർഡിനൻസു പ്രകാരം മദ്രാസ് പ്രസിഡൻസിയിൽ നിരോധിക്കപ്പെട്ടു.

പ്രക്ഷോഭങ്ങളുടെ ഇത്തരത്തിലുള്ള ഒരു സംക്ഷിപ്ത വീക്ഷണം 1940 കൾക്കുശേഷവും സ്വാതന്ത്ര്യത്തിനുശേഷവും മലബാറിൽ നടന്ന പ്രക്ഷോഭങ്ങളിലും സമരങ്ങളിലും കേരളീയൻ വഹിച്ച ചരിത്രപരമായ ദൗത്യനിർവ്വഹണം ശ്രദ്ധേയമാണെന്നു കാണാം. അദ്ദേഹത്തിന്റെ ജീവിതം എന്നും ബഹുജനപ്രസ്ഥാനങ്ങളോടൊപ്പമായിരുന്നു.

5

കാർഷിക സമൂഹവും പരിവർത്തനവും

ദേശീയതയും അതിന്റെ ആശയങ്ങളും കർഷകസംഘടനകളും രാഷ്ട്രീയ പ്രസ്ഥാനങ്ങളും ഒന്നിച്ചു പ്രവർത്തിച്ചതിന്റെ ഫലമായാണ് ഇരുപതാം നൂറ്റാണ്ടിലെ കൊളോണിയൽ സമൂഹത്തിൽ വലിയ പരി വർത്തനമുണ്ടായത്. ഫ്യൂഡൽ ബന്ധങ്ങളെ ശക്തമാക്കിയ കൊളോണി യൽ നിയമങ്ങൾക്കെതിരായ പ്രക്ഷോഭങ്ങൾ തെക്കെ മലബാറിൽ ആരം ഭിച്ചതു മാപ്പിള കർഷകരായിരുന്നു. ഖിലാഫത്ത് പ്രസ്ഥാനത്തിന്റെ ഘട്ട ത്തിൽ ആരംഭിച്ച 1921 ലെ മലബാർ കലാപം സാമൂഹ്യരാഷ്ട്രീയ സാമ്പ ത്തികരംഗങ്ങളിൽ വലിയ മാറ്റത്തിനു കാരണമായി. നൂറ്റാണ്ടുകളായുള്ള ജാതിവ്യവസ്ഥയുടെ കഠിനനിയമങ്ങളെ അത് ശിഥിലമാക്കി. എന്നാൽ വടക്കെ മലബാറിൽ ജന്മിത്തവും ജാതിവ്യവസ്ഥയും ശിഥിലമാക്കുവാ നുള്ള ശ്രമങ്ങൾ ദേശീയബോധത്തിന്റെയും കർഷക പ്രസ്ഥാനത്തി ന്റെയും പ്രവർത്തനങ്ങളുമായി ബന്ധപ്പെട്ടിരിക്കുന്നു.

മുൻകാലങ്ങളിൽ ജന്മിമാരുടെ ശക്തി എത്രമാത്രം വലുതായി രുന്നുവെന്നു കാണിക്കുന്ന അനേകം സംഭവപരമ്പരകൾ ഈ പ്രദേശത്തു കാണാവുന്നതാണ്. കല്യാട്ടെ ജന്മിമാർ കർഷകരെ തൂക്കിക്കൊല്ലുവാൻ പയശ്ശായിക്കണ്ടം എന്ന ഒരു സ്ഥലവും കരക്കാട്ടിടം ജന്മിമാർ വളക്കെ പാലത്തിനടുത്തുള്ള തൂക്കുമരവും നിലനിർത്തിയിരുന്നതായി കേരളീ യൻ അനുസ്മരിച്ചുകാണാം. ബ്രിട്ടീഷുഭരണത്തിലും ഇതെല്ലാം അവർ തുടരുകയും ചെയ്തു. ഗ്രാമാധികാരികൾ പ്രധാനമായും ജന്മിമാരുടെ വർഗ്ഗത്തിൽ നിന്നായിരുന്നുതാനും.

ജന്മിമാർ കർഷകസംഘം പ്രവർത്തിക്കുന്ന ഘട്ടത്തിലും നീലേശ്വരം പാലായി എന്ന സ്ഥലത്തു കർഷകനുണ്ടാക്കിയ വിള 1940 ൽപ്പോലും ബലാൽക്കാരമായി കൊയ്തെടുത്തിരുന്നു. കോടതി നിയമങ്ങളും

ജന്മിമാർക്ക് അനുകൂലമായിരുന്നു. കർഷകർ മര്യാദപ്പാട്ടത്തിനു വേണ്ടി പ്രക്ഷോഭം നടത്തുമ്പോൾ മുൻ കാസർകോടു താലൂക്കിൽ വാരം വർദ്ധി പ്പിക്കുവാനുള്ള മൂലഗണിത റെന്റ് എൻഹേൽസ്മെന്റ് ആക്ട് നടപ്പിലാ ക്കിയവരായിരുന്നു ഭരണാധികാരികൾ. കർഷകനു ജന്മിയുടെ പത്തായ പ്പുരയുടെ മുമ്പിൽപ്പോലും ശീലക്കുടയോ ചെരിപ്പോ ഉപയോഗിക്കാൻ പാടില്ലായിരുന്നു. അവൻ, അടിയൻ, റാൻ, ചെമ്പുകാൽ തുടങ്ങിയ പ്രത്യേക ഭാഷാപദങ്ങൾ ഉപയോഗിക്കേണ്ടിയിരുന്നു. ഒരു ജന്മിയെ തൊഴാൻ അവൻ 'മുയിപ്പു തൊട്ടു മുട്ടുതൊട്ട്' മടങ്ങിനില്ക്കേണ്ട ശരീര ഭാഷയും നൂറ്റാണ്ടുകളായി നിലവിലുണ്ടായിരുന്നു.

ഇത്തരം ഒരു സമൂഹത്തിൽ ജാഥയും പ്രക്ഷോഭങ്ങളുമായി അധി കാരികളോടു തിരിഞ്ഞടിക്കാൻ കർഷകരുടെ വർഗ്ഗസംഘടന ശക്തമായി പ്രവർത്തിച്ചു. ഒരു കർഷകൻ തന്റെ വീട്ടിൽ പ്രവേശിക്കാതിരിക്കാനും, കിണറ്റിൽനിന്നു വെള്ളമെടുക്കാതിരിക്കാനും വിള കൊയ്യാതിരിക്കാനും ജന്മി പച്ചിലക്കെട്ട് അഥവാ തോൽ തൂക്കിക്കെട്ടിയാൽ മതിയായിരുന്നു. ഇത് കണ്ടാൽ കർഷകൻ തന്റെ ജന്മിയുടെ പരാതി ഇല്ലാതാക്കേണ്ടിയി രുന്നു. ജന്മിയുടെ മറ്റൊരായുധം ഈറ്റും മാറ്റും നിഷേധിക്കുകയെന്നതാ യിരുന്നു. ശുദ്ധിയും അശുദ്ധിയും എന്ന (പ്യൂറിറ്റി ആന്റ് ഇംപ്യൂറിറ്റി) ആശയത്തെ ഉപയോഗപ്പെടുത്തിക്കൊണ്ടുള്ള പ്രവർത്തനം സാമൂഹ്യ ഘടനയുടെ ഒരു നിയന്ത്രണരീതിയായിരുന്നു. കർഷകകുടുംബങ്ങളിൽ ഇതു നിഷേധിച്ചവരെ അശുദ്ധരായി നിലനിർത്തുന്ന ഒരു ശിക്ഷാരീതി ഉണ്ടായിരുന്നു. ഇത്തരം നിരാകരണങ്ങളെ സംഘം ജന്മികൾക്കെതിരെ തിരിച്ച് പ്രയോഗിക്കാൻ തുടങ്ങി.

ഒരു ജന്മി ഒരു കർഷകനെ ഒഴിപ്പിച്ചാൽ അതേ കൃഷിസ്ഥലത്ത് കൃഷി നടത്തുവാൻ   മറ്റൊരു കർഷകൻ മുന്നോട്ടുവരുമായിരുന്നു. എന്നാൽ സംഘത്തിന്റെ പ്രവർത്തനത്തോടെ മറ്റാരും മുന്നോട്ടു വരാത്ത സ്ഥിതി യിലായി. ആറോന്റെ പാപ്പിനിശ്ശേരി സ്പിന്നിങ് മില്ലിൽ തൊഴിലാളികളെ പിരിച്ചുവിടാൻ മുൻകാലത്തു മറ്റു തൊഴിലാളികൾ മുന്നോട്ടു വന്ന സ്ഥിതി ഇല്ലാതാക്കിയതു കൃഷ്ണപിള്ളയും കേരളീയനുമായിരുന്നു. ഈ മില്ലിൽ നിന്നും പില്ക്കാലത്തു പല പ്രവർത്തകരും അഹമ്മദാബാദ്, കാൺപൂർ തുടങ്ങിയ സ്ഥലങ്ങളിലെ മില്ലുകളിലേക്കു പോയപ്പോൾ അവിടെ ശക്ത മായ ഒരു ട്രേഡ് യൂണിയൻ പ്രസ്ഥാനം അവർക്കു കെട്ടിപ്പടുക്കുവാൻ കഴിഞ്ഞു. അവരുടെ പരിശീലനം പ്രധാനമായും എ വി കുഞ്ഞമ്പു, കെ പി ആർ ഗോപാലൻ, ജനാർദ്ദന ഷേണായി, വില്യം എസ്തെലക്സ് തുടങ്ങിയവരുടെ കീഴിലായിരുന്നു.

സംഘവും കോൺഗ്രസ് സോഷ്യലിസ്റ്റുകാരും മദ്രാസിലേക്ക് 1936 ൽ എ കെ ജിയുടെ കീഴിൽ നടത്തിയ പട്ടിണിജാഥ ഗ്രാമങ്ങളിൽ ഒരു പുതിയ രാഷ്ട്രീയബോധം വളർത്തിയെടുത്തു. അതുപോലെ 1938 ൽ വടക്കു കരിവെള്ളൂരിൽനിന്നും തെക്കു കഞ്ചിക്കോട്ടുനിന്നും കോഴിക്കോ

ട്ടേക്കു ജില്ലാ കലക്ടറെക്കണ്ടു പരാതികൾ നല്കുവാൻ കർഷകജാഥ പുറപ്പെട്ടത് പുതിയ പ്രവർത്തനരീതിയായിരുന്നു. അതുപോലെ അക്രമ പ്പിരിവുകൾ അവസാനിപ്പിക്കുവാൻ ജന്മികളുടെ ഭവനങ്ങളിലേക്ക് അനേകം കർഷകജാഥകൾ നയിച്ചിരുന്നു. കാസർകോടിനെ മലബാറു മായി സംയോജിപ്പിക്കുവാൻ ടി എസ് തിരുമുമ്പിന്റെ നേതൃത്വത്തിൽ ഒള വറയിൽനിന്നു (തെക്കെ തൃക്കരിപ്പൂർ) മംഗലാപുരം കളക്ട്രേറ്റിലേക്കും ജാഥ നയിച്ചു.

എന്നാൽ ക്യൂബയിലും മറ്റും റിയലിങ്കോ 18 ൽ കർഷകസംഘക്കാർ തോക്കെടുത്തായിരുന്നു സ്പാനിഷ് ജന്മിത്തത്തോട് പടവെട്ടിയത്. ചൈന യിലെ ലോങ് മാർച്ചും സ്ഥലങ്ങൾ കീഴ്പെടുത്തിക്കൊണ്ടായിരുന്നു. എന്നാൽ ഇന്ത്യയിലെ ദേശീയപ്രസ്ഥാനത്തിന്റെ ധാരയാണ് കർഷക പ്രസ്ഥാനത്തെയും നിയന്ത്രിച്ചിരുന്നതെന്ന് ഓർമ്മിക്കേണ്ടിയിരിക്കുന്നു.

ജന്മിമാരുടെ ഭവനങ്ങളിലെ ജനനം, മരണം, വിവാഹം, ഓണം, വിഷു തുടങ്ങിയ അവസരങ്ങളിൽ കർഷകർ, പച്ചക്കറികൾ, പാൽ, തൈര് തുട ങ്ങിയ പ്രത്യേക കാഴ്ചകൾ നല്കേണ്ടതുണ്ടായിരുന്നു. എ സി കണ്ണൻ നായർ തന്റെ മാതുലന്റെ പിണ്ഡ അടിയന്തരത്തിന് അത്തരത്തിൽ മൂന്നു അടിയന്തരത്തിനാവശ്യമായ മൂന്ന് വസ്തുക്കൾ ലഭിച്ചുവെന്നും ആളു കൾക്ക് വിതരണം ചെയ്തതിനു ശേഷവും രണ്ടായിരം വെള്ളരിക്ക ബാക്കിവന്നുവെന്നു ഡയറിയിൽ കാണിക്കുന്നു. ഇത്തരം അവസരങ്ങ ളിൽ കാര്യസ്ഥന്മാർ പച്ചക്കറികൾക്ക് പ്രത്യേകം കത്തുകളയക്കുകയും ചെയ്തു.

സംഘം 1937 മുതൽ പാട്ടക്കുടിയാന്മാർക്ക് സ്ഥിരാവകാശം ലഭിക്കു വാനും കാർഷിക കടങ്ങളിൽ ഇളവുവരുത്തുവാനും പ്രക്ഷോഭങ്ങൾ നടത്തി. ഇതിന്റെ ഫലമായി 1940 ൽ കുട്ടികൃഷ്ണമേനോൻ കമ്മിറ്റി ഒരു കുടിയായ്മ നിയമം ശുപാർശ ചെയ്തു. ഇടതുപക്ഷ അംഗങ്ങളായ ഇ എം എസ്, അബ്ദുറഹിമാൻ, സി കണ്ണൻ എന്നിവർ സമർപ്പിച്ച ഭിന്നാ ഭിപ്രായക്കുറിപ്പ് പൂർണ്ണമായും ജന്മിത്തം അവസാനിപ്പിക്കണം എന്നതാ യിരുന്നു. അത് ഇന്ത്യൻ കാർഷികരംഗത്തെ വിസ്ഫോടനകരമായ ഒരാ ശയമായിരുന്നു.

സംഘം യുദ്ധകാലത്തു കോളറയും വസൂരിയും ബാധിച്ച് ആയിര ക്കണക്കിൽ ആളുകൾ മലബാറിൽ മരിച്ചപ്പോൾ നടത്തിയ സേവനങ്ങൾ ഏറ്റവും ശ്രദ്ധേയമാണ്. അതുപോലെ തരിശുസ്ഥലങ്ങളിൽ എല്ലാവിധ കൃഷികളും നടത്തിക്കൊണ്ട് പ്രൊമോർഫുഡ് എന്ന പ്രസ്ഥാനത്തിന്നു നേതൃത്വം കൊടുത്തു. ഇത്തരം പ്രവർത്തനങ്ങൾ കിസാൻ സംഘത്തെ ജനങ്ങൾക്കിടയിലെ ജീവിക്കുന്ന ഒരു പ്രസ്ഥാനമാക്കി. യുദ്ധകാലത്തെ ദാരിദ്ര്യവല്ക്കരണത്തെ തടഞ്ഞുനിർത്തുവാൻ സംഘം നടത്തിയ പ്രവർത്തനങ്ങൾ ശ്രദ്ധേയമാണ്. കരിഞ്ചന്തയും പൂഴ്ത്തിവെപ്പും, ഉദ്യോ ഗസ്ഥരുടെ കൈക്കൂലിയും ഒരു പരിധിവരെ പ്രക്ഷോഭങ്ങളിലൂടെ സംഘ

ത്തിനു നിയന്ത്രിക്കുവാൻ കഴിഞ്ഞു.

ചിറയ്ക്കൽ താലൂക്കിനെ ഒരു ചുവന്ന താലൂക്കായി മാറ്റിയത് ഡിക്സൺ എന്ന റവന്യൂ ബോർഡ് മെമ്പർ സൂചിപ്പിച്ചതുപോലെ ഈ പ്രവർത്തനങ്ങളായിരുന്നു. സംഘത്തിന്റെ ജാതിവിരുദ്ധസമരങ്ങൾ ഗ്രാമ ങ്ങളിൽ ഏറ്റവും ശ്രദ്ധേയമായിരുന്നു. കൊടക്കാട്ടെ കർഷക സമ്മേളന ത്തോടനുബന്ധിച്ചു പി സി കാർത്ത്യായനി അമ്മ, ചെറളൻ പാർവ്വതി യമ്മ തുടങ്ങിയവർ സംഘടിപ്പിച്ച പന്തിഭോജനം ജാതിയുടെ അഭിജാ ത്യത്തെ തുടച്ചുമാറ്റുവാനുള്ള ഒരു ശ്രമമായിരുന്നു. വാഗ്ഭടാനന്ദഗുരുവും സ്വാമി ആനന്ദതീർത്ഥനും ഇത്തരം പ്രസ്ഥാനങ്ങൾ ആരംഭിച്ചിരുന്നപ്പോൾ അതിനു പുതിയ മാനങ്ങൾ നല്കിയതു കർഷക സംഘവും കിസാൻ സംഘവുമായിരുന്നു.

ചിറവന്മാർ, ആദിവാസികൾ, മാവിലർ തുടങ്ങിയവരെ എളേരി തുട ങ്ങിയ കിഴക്കൻ പ്രദേശങ്ങളിൽ കുരുമുളക് വള്ളികൾ വെച്ചു പിടിപ്പി ക്കാൻ നീലേശ്വരം രാജ തുടങ്ങിയവർ അടിമകളായി നില്ക്കുന്ന രീതി ക്കെതിരായി ശക്തമായി പ്രതിഷേധിച്ചതും കേരളീയനും മറ്റുകർഷക സംഘം പ്രവർത്തകരുമായിരുന്നു. കടത്തനാടൻ പ്രദേശങ്ങളിൽ ഒളിസമ രങ്ങളിലൂടെ ജാതിവിരുദ്ധ പ്രവർത്തനങ്ങൾ നടത്തുവാനും കൂത്താളി തുടങ്ങിയ എസ്റ്റേറ്റിലെ തരിശുഭൂമികൾ കർഷകർക്കു പാട്ടത്തിനു വിട്ടു കിട്ടുവാനും എം കെ കേളുവേട്ടന്റെയും എം കുഞ്ഞിരാമന്റെയും മറ്റും നേതൃത്വത്തിൽ കിസാൻ സംഘത്തിന്റെ പ്രവർത്തകർ നടത്തിയ പ്രവർത്തനങ്ങൾ കേരളത്തിന്റെ സാമൂഹ്യ സാമ്പത്തിക ചരിത്രത്തിലെ ഏറ്റവും പ്രധാനമായ ഒരദ്ധ്യായമാണ്. 'ചത്താലും ചെത്തും കൂത്താളി' എന്ന മുദ്രാവാക്യം തരിശുഭൂമികൃഷിയുടെ വിപ്ലവാഭിവാദ്യം കൂടിയാണ്.

ദേശീയ പ്രസ്ഥാനത്തിൽ കർഷകസ്ത്രീകളുടെ പങ്കാളിത്തം ശക്ത മാക്കിയതു കർഷകസംഘമായിരുന്നു. സ്വാതന്ത്ര്യത്തിനു തൊട്ടുമുമ്പ് 1946 ൽ കണ്ടങ്കെ ഗ്രാമത്തിലും മറ്റും നടന്ന സമരങ്ങളിൽ കുഞ്ഞാക്കമ്മ തുടങ്ങിയ സ്ത്രീകളുടെ പങ്കാളിത്തം സ്മരണീയമാണ്. ചിമേനി തോൽവിറകു സമരത്തിലെ പ്രധാന സ്ത്രീപങ്കാളിത്തം പൊട്ടിച്ചി പാറു, മാരാത്തി പാർവ്വതി, എടാടം വീട്ടിൽ മാധവി, എം വി ചെറിയ, വി ചെറിയ എന്നിവരുടേതായിരുന്നു. കേരളീയൻ ഈ അവസരം 1946 നവംബറിൽ ചെറുവത്തൂരിൽ ക്യാമ്പ് ചെയ്താണ് ഈ സമരത്തിനു നേതൃത്വം കൊടു ത്തത്.

സംഘത്തിന്റെ പ്രവർത്തനങ്ങൾ ജന്മിത്തത്തിനെതിരായ നിയമ നിർമ്മാണത്തിനു 1940 ൽ നാൻസികമ്മിറ്റിയെ നിർബ്ബന്ധിച്ചിരുന്നുവെന്നു കാണാം.

മലബാറിലെ ജന്മിമാർ ഇന്നനുഭവിച്ചുവരുന്ന ഭൂ കുത്തക നിയ ന്ത്രിക്കേണ്ടത് ഒരാവശ്യമാണെന്നതിനാൽ സംസ്ഥാനത്തിന്റെ മറ്റേ

തൊരു ഭാഗത്തേക്കാളും അടിയന്തരമായ നിയമനിർമ്മാണം മല
ബാറിനാണ് വേണ്ടി വന്നിട്ടുള്ളത് (മലബാർ ടെനൻസി കമ്മറ്റി
റിപ്പോർട്ട് മദ്രാസ്, 1940).

ഇത്തരം ഒരു റിപ്പോർട്ടു തള്ളിക്കളയണം എന്നതായിരുന്നു മലബാർ
ജന്മിസംഘത്തിന്റെ ആവശ്യം. ഈ റിപ്പോർട്ടു മലബാറിനു ബാധകമാ
ക്കരുത് എന്നു കൂടി അവർ ആവശ്യപ്പെടുന്നു. അതുപോലെ അവിടുത്തെ
ജന്മിസംഘം കുടിയാൻ നിയമം കാസർകോട് താലൂക്കിലേക്ക് വ്യാപിപ്പി
ക്കരുതെന്നും ആവശ്യപ്പെട്ടു. ജന്മിവർഗ്ഗവും കർഷകവർഗ്ഗവും തമ്മിലുള്ള
ആശയപരമായ ഒരേറ്റുമുട്ടൽ ഈ പ്രമേയങ്ങളിൽ കാണാം.

കേരളീയന്റെ കർഷകഗാനത്തിലെ രണ്ടുവരികൾ 1946 ഡിസംബ
റിലെ പ്രസ്ഥാനത്തെ വിവരിക്കുന്നു:

ഡിസംബർ പതിനഞ്ചൊരന്ത്യശാസനമോർമ്മയിരിക്കട്ടെ
കിസാൻ പ്രമേയം പ്രമാണമല്ലോ കൃഷീവലന്മാർക്ക്.
(എ കെ പൊതുവാൾ, *കേരളത്തിലെ കർഷകപ്രസ്ഥാനത്തിന്റെ ചരി
ത്രം, തൃശൂർ 1962 പു. 85-6)*

ഈ ഘട്ടത്തിലെ സംഭവങ്ങളെ മലബാർ കലക്ടറും ഡിസ്ട്രിക്ട്
മജിസ്ട്രേറ്റുമായ വില്യംസ് വടക്കെ മലബാറിലെ കാർഷികവിപ്ലവം
എന്നാണ് വിശേഷിപ്പിച്ചത്. കേരളീയൻ ഈ അവസരത്തിൽ പ്രസ്ഥാന
ത്തിന്റെ ഏറ്റവും ശക്തനായ സാരഥി കൂടിയായിരുന്നു. ജന്മിമാരുടേതും
ഗവൺമെന്റിന്റേതുമായ എല്ലാ തരിശുഭൂമികളും കർഷകർക്കു പതിച്ചു
കൊടുക്കുവാൻ കിസാൻ സംഘം 1961 കളിൽ ആവശ്യപ്പെട്ടു. അതു
പോലെ മലബാറിൽ അന്നു രൂപീകരിച്ചിരുന്ന 107 ൽപ്പരം ശാഖകളുള്ള
ഉല്പാദക ഉപഭോക്താക്കളുടെ സഹകരണ സംഘം വഴി ധാന്യങ്ങൾ
വിതരണം ചെയ്യുവാൻ ആവശ്യപ്പെട്ടു. ഈ പി സി സി സൊസൈറ്റിയാണ്
പില്ക്കാലത്തു സർവ്വീസ് സഹകരണ ബാങ്കുകളായി രൂപപ്പെടുത്തിയ
ത്.

സ്വാതന്ത്ര്യാനന്തരം കൽക്കത്താ തീസ്സിസ്സിന്റെ പ്രവർത്തനത്തിൽ
പാർട്ടി നിരോധിക്കപ്പെട്ടപ്പോൾ കേരളീയൻ അതിന്റെ പ്രായോഗിക വിഷ
മതകൾ ചൂണ്ടിക്കാട്ടിയിരുന്നുവെങ്കിലും നെല്ലെടുപ്പു സമരങ്ങളിലൂടെ
അതു നടപ്പിലാക്കാൻ ശ്രമിച്ചു. പാർട്ടിയുടെ പ്രവർത്തനം എങ്ങും അനു
വദിക്കപ്പെട്ടപ്പോൾ 1953 ഏപ്രിൽ 23-27 തീയതികളിൽ അഖിലേന്ത്യാ
കിസാൻ സഭയുടെ പതിനൊന്നാം സമ്മേളനം കണ്ണൂരിലെ കയ്യൂർ നഗ
രിയിൽ ചേർന്നു. അഖിലേന്ത്യ കിസാൻ സഭയുടെ ജോയിന്റ് സെക്രട്ടറി
യായിരുന്ന ഇ എം എസ് ഭൂപ്രഭുത്വം അവസാനിപ്പിച്ചുകൊണ്ടു മാത്രമേ
കാർഷിക പ്രശ്നങ്ങൾ പരിഹരിക്കുവാൻ കഴിയുകയുള്ളൂവെന്നു
ചൂണ്ടിക്കാട്ടി.

പിന്നീടു കർഷകസംഘത്തിൽനിന്നും സ്വതന്ത്രമായി ഭൂരഹിത

കാർഷിക തൊഴിലാളികളുടെ വർഗ്ഗസംഘടന രൂപീകരിച്ചുള്ള പ്രവർത്ത നങ്ങൾ നടന്നു. കേരള സംസ്ഥാന രൂപീകരണത്തിനു മുമ്പുതന്നെ കർഷ കസംഘത്തിന്റെ പ്രവർത്തനം താഴെപ്പറയുന്ന ആശയങ്ങൾ കേന്ദ്രീക രിച്ചായിരുന്നു.

1. കിസാൻ സംഘടനയിലൂടെ വർഗ്ഗബോധവും സോഷ്യലിസ്റ്റ് ആശ യവും പ്രചരിപ്പിക്കൽ.

2. എല്ലാ കർഷകരെയും സംഘടിപ്പിച്ചുകൊണ്ടു സ്വതന്ത്രമായ ഒരു കിസാൻ സംഘടനയുടെ രൂപീകരണം.

3. കൂട്ടായ പ്രവർത്തനങ്ങളുടെ ആവിഷ്കരണം.

4. ഉള്ള ഭൂമിയിൽ ഉറച്ചുനിന്നുകൊണ്ട് ഒഴിപ്പിക്കലിനെതിരായ സമരം.

5. കിസാൻ സഘത്തിലെ അംഗസംഖ്യ വർദ്ധിപ്പിക്കൽ.

6. കാർഷികോല്പന്നങ്ങൾക്ക് ന്യായമായ വില ലഭിക്കുവാനുള്ള സമരം നടത്തൽ.

7. കാർഷിക ഋണാശ്വാസത്തിന്റെ സമയപരിധി വർദ്ധിപ്പിക്കലും ഇളവു അനുവദിക്കലും.

8. തക്കാളിക്കടങ്ങൾ ലഭിക്കുവാനുള്ള നടപടികൾ ലഘുകരിക്കുവാ നുള്ള പ്രക്ഷോഭങ്ങൾ.

9. കുടിയായ്മ നിയമം ഭേദഗതി ചെയ്യുവാനുള്ള പ്രക്ഷോഭങ്ങൾ ശക്ത മാക്കാൻ.

10. പാട്ടക്കോടതി നടപടികൾ പഠിക്കലും കിസാൻസംഘം പ്രവർത്ത കർ തന്നെ കർഷകരുടെ കാര്യങ്ങൾ അവതരിപ്പിക്കലും.

11. താലൂക്ക് കിസാൻ സംഘത്തെയും യൂണിയനുകളെയും കർഷക രുടെ പ്രശ്നങ്ങൾ നേരിടാൻ വേണ്ടുംവിധം ശക്തമാക്കൽ.

(ചിറയ്ക്കൽ താലൂക്ക് കമ്യൂണിസ്റ്റുപാർട്ടിയുടെ കിസാൻ റിപ്പോർട്ട് 14–16 ജനുവരി 1955)

ഇത്തരത്തിലുള്ള അനേകം പ്രവർത്തനങ്ങളിലൂടെ സംഘം ഫ്യൂഡൽ ബന്ധങ്ങൾ അവസാനിപ്പിക്കുന്നതിനും സാമൂഹ്യ പരിവർത്ത നത്തിനും വേണ്ടി നിലകൊണ്ട ഒരു ജനകീയ പ്രസ്ഥാനമായി രൂപാന്തര പ്പെട്ടു. ഈ പ്രവർത്തനങ്ങൾ ഭൂപരിഷ്കരണ പ്രവർത്തനങ്ങളെ ത്വരിത പ്പെടുത്തി. അതൊരു ഭരണകൂടത്തിന്റെയും ഇഷ്ടദാനമായിരുന്നില്ല. നിര ന്തരമായ കർഷക പ്രക്ഷോഭങ്ങളുടെയും സമ്മർദ്ദത്തിന്റെയും ഫലമാ യിരുന്നു. കേരളീയനെപ്പോലുള്ള സമരസാരഥ്യമാണ് സമൂഹത്തെ ആ ലക്ഷ്യത്തിലേക്ക് നയിച്ചത്.

ഭൂപരിഷ്കരണത്തിനുശേഷം

ഭൂപരിഷ്കരണത്തിനുശേഷം കേരളത്തിൽ ഭൂവിനിയോഗം സംബ ന്ധിച്ച് ഒരു വലിയ മാറ്റമാണ് സംഭവിച്ചത്. ഈ മാറ്റത്തിനു ചരിത്രപര മായ അനേകം ധാരകൾ കാണാവുന്നതാണ്. നെൽകൃഷി ആദായകരമ

ല്ലാത്തവിധം മാറിയതിന്റെ സാഹചര്യങ്ങൾ പലതാണ്. പാലക്കാട്, കുട്ട
നാട്, തൃശ്ശൂരിലെ പൊക്കാളിപ്പാടങ്ങൾ എന്നീ പ്രധാന പാടശേഖരങ്ങ
ളിൽ നെൽകൃഷി ഗണ്യമായി കുറഞ്ഞുവരികയും നിലവിലുള്ള ഭൂമിയിലെ
കൃഷിപോലും ഉപേക്ഷിക്കപ്പെടുകയും ചെയ്യുന്ന സ്ഥിതിയാണ് സംജാ
തമായിട്ടുള്ളത്. കൃഷിയാലുപയോഗിക്കപ്പെട്ടിരുന്ന ഗ്രാമീണ തൊഴിലവ
സരങ്ങൾ പ്രധാനമായും പാർപ്പിട നിർമ്മാണം തുടങ്ങിയ മേഖലകളി
ലേക്ക് കടന്നു കഴിഞ്ഞിരിക്കുന്നു. ബാങ്കുകളും സ്വകാര്യ സ്ഥാപനങ്ങളും
ഈ രംഗത്തു ഫ്ളാറ്റുകളുടെ നിർമ്മാണത്തിനും മറ്റുമായി വൻതുകയുടെ
നിക്ഷേപം നടത്തിവരുന്നു. ചെറുപ്പക്കാരും ചെറുപ്പക്കാരികളും കഠിനാ
ദ്ധ്വാനവും കൂലികുറഞ്ഞതുമായ കാർഷികമേഖലയിലേക്കു കടന്നുവരു
ന്നില്ല. കുടുംബത്തിന്റെ അദ്ധ്വാനമുപയോഗിച്ചുള്ള പെസന്റ് ഫാമിങ്
(കർഷകന്റെ കൃഷി) എന്ന സങ്കല്പം പാടേ തകർന്നുകഴിഞ്ഞിരിക്കു
ന്നു. കൂടാതെ തുണ്ടുപാടശേഖരങ്ങളെ യന്ത്രവൽക്കൃത കൃഷിയിലേക്കു
കൊണ്ടുവരാൻ കഴിഞ്ഞിട്ടില്ല.

കുട്ടനാട്ടിൽ നടപ്പിലാക്കിയ സഹകരണസംഘങ്ങൾ ബ്യൂറോക്രസി
യുടെ കഠിനമായ മേൽനോട്ടവും ചട്ടങ്ങളും കാരണം പരാജയപ്പെട്ടിരി
ക്കുന്നു. പെസന്റ് ഫാമിങ് എന്ന ആശയം ഇത്തരം പാടശേഖരങ്ങളിൽ
അദ്ധ്വാനശക്തിയുടെ വലിയ ആവശ്യകത കാരണം പ്രായോഗികമല്ല
താനും. മുരിക്കനെപ്പോലുള്ള വൻകാർഷിക മുതലാളിത്തം വിജയിച്ചി
രുന്ന സ്ഥലത്ത് പകരം ജനകീയമായ പ്രസ്ഥാനങ്ങൾക്ക് വിജയിക്കുവാൻ
കഴിയാത്തതിന്റെ കാരണങ്ങളും പലതാണ്.

കാർഷിക വിളവുകളുടെ വില നിശ്ചയിക്കുന്ന കമീഷൻ നെല്ലിന്റെ
വില കുറഞ്ഞ നിലയിൽ നിശ്ചയിക്കുന്നു. കാരണം വില കൂടി വരുമ്പോൾ
ചെലവിന്റെ ഇൻഡക്സ് വർദ്ധിക്കുകയും അതു വലിയ ഡിയർനെസ്സ് അല
വൻസ് നല്കാൻ തൊഴിൽ ദാതാക്കളെ നിർബ്ബന്ധിതരാക്കുകയും ചെയ്യു
ന്നു. സ്റ്റേറ്റുപോലും ആനുകൂല്യങ്ങൾ വർദ്ധിപ്പിക്കുവാൻ മടികാണിക്കു
ന്നു. വൈദ്യുതി, വെള്ളം, വളം, വിത്ത് ഇവയിൽ സബ്സിഡി തുടങ്ങിയ
ആനുകൂല്യങ്ങൾ ആഗോളീകരണസിദ്ധാന്തപ്രകാരം പിൻവലിക്കപ്പെടു
ന്നു. ഒരുകിലോ അരിയുടെ വില 25 കയ്ക്കും 35 കയ്ക്കും ഇടയിൽ വരു
മ്പോൾ പയർവർഗ്ഗങ്ങൾക്കും മറ്റും 60 കയ്ക്കും 100 കയ്ക്കും ഇടയിൽ
വരുന്നു.

ഭൂമാഫിയകൾ

ഇത്തരം പശ്ചാത്തലത്തിൽ കൃഷിഭൂമി കൃഷി ചെയ്യാതെ ഭാവിയി
ലുള്ള വിലവർദ്ധനയ്ക്കുവേണ്ടി മാത്രം കൈവശം നിർത്തുന്ന ഒരു
സ്ഥിതി വന്നുചേർന്നിരിക്കുന്നു. പട്ടണപ്രാന്തങ്ങളുടെ വളർച്ച, നഗരഭൂമി
യുടെ പൊന്നുവില, ഭൂമിയില്ലാത്ത കുടുംബങ്ങൾക്ക് വാണിജ്യത്തിനും
തൊഴിലാവശ്യത്തിനും പാർപ്പിടത്തിനും വേണ്ടിയുള്ള ഭൂമിയുടെ ആവ

ശൃകത ഇതെല്ലാം ഭൂമിയുടെ വാണിജ്യവല്ക്കരണം കേരളത്തിൽ വൻതോതിൽ വർദ്ധിപ്പിച്ചിരിക്കുകയാണ്. നഗരഭൂമിയുടെ നിയന്ത്രണം നടപ്പിൽവരുത്തുവാൻ സ്റ്റേറ്റിനു കഴിഞ്ഞിട്ടില്ലതാനും. കൂടാതെ ഗവൺമെന്റ് 5 ലക്ഷം – 10 ലക്ഷം ക വില നിശ്ചയിച്ച നഗരഭൂമികളിൽ കോടിയിലധികം ക വില നല്കുന്ന പ്രതിഭാസവും കാണാം. ഈ സ്ഥിതിവിശേഷങ്ങളെല്ലാം പെസന്റ് ഫാമിങ് എന്ന ഭൂപരിഷ്കരണത്തിന്റെ പ്രധാന ആശയത്തെ എന്നേയ്ക്കുമായി നിരാകരിച്ചിരിക്കുന്നു. കേരള ത്തിൽ ഇന്നു പ്രചാരമുള്ള ഒരു വാക്ക് ഭൂമാഫിയ എന്നതാണ്. ഈ പദം എല്ലാം വിശദീകരിക്കുന്നു.

കാർഷികരംഗത്ത് ഒരു ലാൻഡ് ലേബർ ഫോർസിനെ നിലനിർത്തു വാനോ കൃഷി പ്രോത്സാഹിപ്പിക്കുവാനോ ഭൂപരിഷ്കരണത്തിനു കഴി ഞ്ഞിട്ടില്ല താനും. അതു സാമ്പത്തിക വിപ്ലവത്തേക്കാൾ ഒരു സാംസ്കാ രിക വിപ്ലവമായിരുന്നു. അതായത് 36 ലക്ഷം വരുന്ന തുണ്ടു ഭൂമിയുടെ കൃഷിക്കാരെയും പ്രയോക്താക്കളെയും ഫ്യൂഡൽ കാലഘട്ടത്തിന്റെ ജന്മി ത്തപരമായ അടിമത്തത്തിൽനിന്ന് മോചിപ്പിക്കുകയായിരുന്നു പ്രധാനല ക്ഷ്യം. ഇത്തരം ഒരു സ്ഥിതിയിൽ ഭൂമി കൈവശമില്ലാത്ത ആദിവാസി കളും കാർഷിക തൊഴിലാളികളും മത്സ്യത്തൊഴിലാളികളും എല്ലാം പാർപ്പിടത്തിനുപോലും ഭൂമിയില്ലാത്ത വിഭാഗമായി തുടർന്നുവരുന്നു. നഗ രപ്രാന്തങ്ങളാൽ ചേരികളുടെ വർദ്ധനവിന് ഈ സ്ഥിതി ഇടയാക്കിവരു ന്നു. എഴുപതുകളിൽ കുടികിടപ്പവകാശമായി ലഭിച്ച ഭൂമികൾപോലും ഇന്നുപലേടത്തും സ്വയം ചേരികളായിത്തീർന്നിരിക്കുന്നു. ഇതാകട്ടെ സ്വത്തു വിഭജനത്തിന്റെ പ്രക്രിയയിലൂടെയാണ് താനും.

ലാറ്റിനമേരിക്കയിലും മറ്റും നിലനിന്നിരുന്ന സംഘടിതമായ കാർഷി കമുതലാളിത്തത്തിന്റെ നിത്യോപയോഗ ഭക്ഷ്യപദാർത്ഥങ്ങളുടെ പ്രവർത്തനരീതി കേരളത്തിലേക്കും വ്യാപിച്ചുകൊണ്ടു ശക്തമായ തോതിൽ കർഷക ചൂഷണവും ശോഷണവും നടത്തിവരുന്നു. യുണൈ റ്റഡ് റെഡ് ഫ്രൂട്സ് കമ്പനിയും മറ്റും നടത്തിവരുന്ന കർഷകരീതി കരാർ വ്യവസ്ഥയിൽ റിലയൻസ് തുടങ്ങിയ കമ്പനികൾ ഇവിടെയും നടപ്പിലാ ക്കുന്നു. വീണ്ടും ഒരു കാർഷിക മുതലാളിത്തം ഇവിടെ സൃഷ്ടിക്കപ്പെട്ടി രിക്കുന്നു. ഇത്തരം പ്രവർത്തനങ്ങളെ സമരസപ്പെടുത്തിക്കൊണ്ടു പോകാ നാവശ്യമായ ഉല്പാദന പ്രവർത്തനങ്ങൾ സഹകരണപ്രസ്ഥാന ങ്ങൾപോലും ഇവിടെ നടത്തിവരുന്നില്ല.

കൊളോണിയൽ നിയമങ്ങൾ

കൊളോണിയൽ നിയമങ്ങളും ചട്ടങ്ങളും നടപ്പിലാക്കി ബ്യൂറോക്രസി കൂടുതൽ കൂടുതൽ ശക്തിയാർജ്ജിച്ചുവരുന്നു. പഞ്ചായത്തുരാജിന്റെ അധികാരങ്ങൾപോലും കടലാസുകളിൽ മാത്രമാണ്. ഉദാഹരണത്തിന് ഒരു മുനിസിപ്പൽ കെട്ടിടം പൊതു ആവശ്യമുള്ള ഒരു പ്രവർത്തനത്തിനു

തിരഞ്ഞെടുക്കപ്പെട്ട നഗരസഭ രണ്ടോ മൂന്നോ പ്രാവശ്യം തീരുമാനമെ ടുത്തു വാടക നിശ്ചയിച്ചാലും ലേലം ചെയ്തിട്ടില്ലെന്ന പേരിൽ സെക്രട്ട റിയുടെ ശമ്പളം പിടിച്ചുനിർത്തുന്ന നിയമങ്ങളും ഇവിടെയുണ്ട്.

കേന്ദ്രഗവൺമെന്റിന്റെ തൊഴിലുറപ്പു പദ്ധതിപോലും ഇന്നു പ്രധാ നമായും ദീർഘകാല വികസനത്തിന്റെ പദ്ധതികളുമായി പഞ്ചായത്തു കൾക്ക് ബന്ധപ്പെടുത്തുവാൻ കഴിഞ്ഞിട്ടില്ല. അതിനെ പലേടത്തും റോഡ രികിലെ പുല്ലുവെട്ടൽ പദ്ധതിയാക്കി തരംതാഴ്ത്തി വരുന്നു. കൂടാതെ അതിന്റെ കൂലി നിലവാരവും കേരളത്തിന്റെ പൊതു തൊഴിൽ വിപണി യുമായി ബന്ധപ്പെടുന്നില്ല. ഇവിടെ അഞ്ഞൂറു ക വിപണിയിൽ കൂലിയു ള്ളപ്പോൾ 200 കയിൽ താഴെ വരുന്ന കൂലിപദ്ധതികൾ അദ്ധ്വാനത്തെ പ്പോലും തരംതാഴ്ത്തുകയാണ്. സ്വകാര്യവ്യക്തികൾക്കും തങ്ങളുടെ ആവശ്യത്തിന് അതിനെ ഉപയോഗപ്പെടുത്താവുന്ന സ്ഥിതി വന്നിരിക്കു ന്നു. ഇതൊന്നും തന്നെ കാർഷികരംഗത്തെ ശക്തമാക്കുവാനുപകരിക്കു ന്നില്ല താനും.

കേരളം ഒരു കാർഷികവിപ്ലവത്തിന് ഇന്നും തയ്യാറായിട്ടില്ലെന്ന യാഥാർത്ഥ്യം നിലനില്ക്കുന്നു. കേരളീയനെപ്പോലുള്ള ഒരു പ്രവർത്ത കനു കഴിഞ്ഞ അൻപതുകളിൽ ദീർഘവീക്ഷണം നടത്താൻ കഴിയാത്ത വിധമുള്ള ഒരു മാറ്റമാണ് ഭൂവിനിയോഗത്തിലും കാർഷികരംഗത്തും ഇന്നു സംഭവിച്ചിട്ടുള്ളത്. ജെ എസ് മില്ലിന്റെയും മറ്റും പത്തൊമ്പതാം നൂറ്റാ ണ്ടിലെ സിദ്ധാന്തമായ ഭൂമിയും വെള്ളവും ഒരു സമൂഹത്തിന് ഉപയു ക്തമാകുംവിധം സ്വതന്ത്രമാകണമെന്ന ആശയം ഇന്ന് ഒരു കാർഷിക മുതലാളിത്തത്തിനു മാത്രം ബാധകമാണ്. ജനലക്ഷങ്ങൾക്കതിൽ പങ്കില്ലതാനും.

പുതിയ ചരിത്രശക്തികൾ എങ്ങനെ കാർഷികരംഗത്തെ ബാധിക്കു മെന്നതിന്റെ കാര്യം അന്നത്തെ കർഷകപ്രവർത്തകർക്കും നിയമനിർമ്മാ താക്കൾക്കും കാണാൻ കഴിഞ്ഞിരുന്നില്ല. അവരുടെ മുമ്പിലെ ഏറ്റവും വലിയ പ്രശ്നം ഫ്യൂഡൽ സാമൂഹ്യഘടന അവസാനിപ്പിക്കുകയെന്ന തായിരുന്നു. കമ്യൂണിസ്റ്റുകാർ നടപ്പിലാക്കിയത് ഭവാനിസെന്നും മറ്റും നിരീക്ഷിച്ച ഒരു കമ്മ്യൂണിസ്റ്റ് ഭൂപരിഷ്കരണമായിരുന്നില്ല. ഇന്ത്യൻ ഭര ണഘടനപ്രകാരം പ്ലാനിങ് കമീഷനും ദണ്ഡേക്കർക്കമ്മറ്റിയും ശുപാർശ ചെയ്ത ഒരു ഭൂപരിഷ്കരണമായിരുന്നു. അത് പൂർണ്ണമായും നടപ്പിലാ ക്കിയപ്പോൾ വന്നെത്തിയ ഇന്നത്തെ സ്ഥിതിവിശേഷത്തിന്റെ ഉത്തരവാദി മുതലാളിത്ത ആശയമുൾക്കൊള്ളുന്ന നമ്മുടെ ഭരണകൂടം തന്നെയായി രുന്നു. അന്നു നടപ്പിലാക്കിയ ഭൂപരിഷ്കരണംപോലും അന്നത്തെ ഭര ണകൂടത്തിന്റെയും അധികാരവർഗ്ഗത്തിന്റെയും ഒരു ദാനമായിരുന്നില്ല. ഇന്ത്യയിലെ കർഷകസംഘങ്ങളും പ്രസ്ഥാനങ്ങളും അന്നു നടത്തിയ തീവ്രസമരങ്ങളും പ്രക്ഷോഭങ്ങളുമായിരുന്നു അടിസ്ഥാനകാരണം. അന്നത്തെ ഇന്ത്യാഗവൺമെന്റിന്റെ ഹോം സെക്രട്ടറി എച്ച് വി അയ്യങ്കാർ

എഴുതിയ റിപ്പോർട്ടിൽ ഇന്ത്യയിൽ കാർഷികബന്ധങ്ങളിൽ ഭൂപരിഷ്ക
രണം ഒരു നിയമമായി നടപ്പിലാക്കിയില്ലെങ്കിൽ ഒരു വിപ്ലവം ആസന്നമാ
ണെന്നു ചൂണ്ടിക്കാട്ടി. ഇന്ത്യയിലെ കമ്മ്യൂണിസ്റ്റു പ്രസ്ഥാനം 1946
ആഗസ്ത് 5 ന്റെ തീരുമാനപ്രകാരം മുന്നോട്ടുവെച്ച കർഷക പ്രക്ഷോഭ
ങ്ങൾ അടിസ്ഥാനമാക്കിയായിരുന്നു ആ റിപ്പോർട്ട്. പുന്നപ്രവയലാർ, തെല
ങ്കാന, തേഭാഗ തുടങ്ങിയ പ്രക്ഷോഭങ്ങൾ ഇതിനുദാഹരണമാണ്. എല്ലാ
തരിശുഭൂമിയും 1946 ഡിസംബർ 15 നു മുമ്പാകെ കയ്യടക്കുവാനുള്ള
വലിയ ഒരു പ്രക്ഷോഭമാണ് ഈ അവസരം മൂലം ഉണ്ടായതെന്നുകാ
ണാം.

പരിവർത്തനങ്ങളിലൂടെ

ചരിത്രഗതിയുടെ കാലപ്രവാഹത്തിൽ ഒരു ഘട്ടം മറ്റൊരു ഘട്ടത്തി
ലേക്ക് മാറുന്നുവെന്നത് അതിന്റെ ഉരുക്കുനിയമമാണ്. ഒരു ഘട്ടത്തിൽ
കേരളീയ സമൂഹം അതിന്റെ ഫ്യൂഡൽ ഭൂബന്ധങ്ങളും മരുമക്കത്തായ
ദായക്രമവും സമൂഹത്തിന്റെ അടിസ്ഥാന ശിലകളായി നിലനിർത്തി.
ബ്രിട്ടീഷുകാർ തങ്ങളുടെ റയറ്റു വാർ നികുതിരീതി ആചന്ദ്രതാരമെന്ന്
എഴുതിവെച്ചു. എന്നാൽ ഇവയെല്ലാം തന്നെ പൂർണ്ണമായും അവസാനി
പ്പിക്കപ്പെട്ടു. ചരിത്രം മറ്റൊരു ഘട്ടത്തിലേക്ക് പരിവർത്തനം ചെയ്തു.
അതുപോലെ കേരളീയനും അദ്ദേഹം പ്രവർത്തിച്ച കർഷകസംഘവും
ഫ്യൂഡൽ കാർഷിക ബന്ധങ്ങൾക്കു ഒരറുതിവരുത്തി. ചരിത്രത്തിന്റെ
ഈ ശക്തികൾ മറ്റൊരു ഘട്ടത്തിലേക്ക് കടന്നുപോകുമ്പോൾ പ്രത്യയ
ശാസ്ത്രപരമായ പുതിയ കാഴ്ചപ്പാടുകൾ വളർത്തിയെടുക്കുകയെന്നതു
പുരോഗമനശക്തികളുടെ കർത്തവ്യമാണ്. ആ കർത്തവ്യനിർവ്വഹണ
ത്തിനു ഗതകാലത്തെ പ്രവർത്തനങ്ങളാണ് പ്രേരണയും പ്രചോദനവും
നല്കുന്നത്. ആ നിലയിൽ കഴിഞ്ഞകാലത്തെ തലമുറകളും നേതൃത്വവും
തങ്ങളുടെ കർത്തവ്യം നിർവ്വഹിച്ചവരാണ്. അവരുടെ കാലടിപ്പാടുകളി
ലൂടെ മുന്നേറുവാൻ തയ്യാറായ ഒരു തലമുറയാണ് നമുക്കിന്നാവശ്യം.
എന്തു കാട്ടും എന്നതിനേക്കാൾ എന്തു നല്കുവാൻ കഴിയും എന്നു ചിന്തി
ക്കുന്ന ഒരു യുവതലമുറ. അത്തരം ഒതു തലമുറയാണ് കൊളോണി
യൽ ബന്ധങ്ങൾക്കറുതി വരുത്തിക്കൊണ്ട് വിപ്ലവത്തിന്റെ തീജ്വാലകൾ
ഇവിടെ ജ്വലിപ്പിച്ചത്. അവ കെട്ടടങ്ങാതെ സൂക്ഷിക്കുകയാണ് ഇന്നത്തെ
ആവശ്യവും.

കർഷകസമരങ്ങളിലും വിപ്ലവപ്രസ്ഥാനങ്ങളിലും ഏറ്റവും സജീവ
മായ ഘടകം മദ്ധ്യവർഗ്ഗക്കാരായ കർഷകരാണെന്ന് എറിക് വുൾഫ്
(*പെന്റ് വാർസ് ഓഫ് ദ റ്റ്വാൻടിയത്ത് സെഞ്ചറി ലണ്ടൻ 1971*), ഹം
സാ അലവി (*പെന്റ് ആന്റ് റവല്യൂഷൻസ്, കെ ഗഫ് ആന്റ് ഹരി പി
ശർമ്മ എഡിറ്റേഴ്സ്, ഇമ്പീരിയലിസം ആന്റ് റവല്യൂഷൺ ഇൻ സൗത്ത്
ഏഷ്യ (ന്യൂയോർക്ക് 1973) എന്നീ ഗ്രന്ഥങ്ങളിൽ സൈദ്ധാന്തികമായി

സമർത്ഥിക്കുന്നത് കാണാം. എന്നാൽ കമ്യൂണിസ്റ്റുകാരും കിസാൻസം ഘവും 1946-50 കാലം നയിച്ച സമരങ്ങൾ കേരളരാഷ്ട്രീയത്തിൽ ഇടതു പക്ഷത്തിന്റെ അടിത്തറ ശക്തമാക്കുവാൻ സഹായകമായി. അതാകട്ടെ നാമമാത്ര കർഷകരും ഭൂരഹിതകാർഷിക തൊഴിലാളികളും (തെയ്യം കെട്ടുന്നവരും, ജ്യോതിഷക്കാരും തുന്നൽപ്പണിക്കാരും എല്ലാം അടങ്ങിയ വിഭാഗം) മറ്റുമടങ്ങിയ വിഭാഗക്കാരുടെ സംഭാവനയാണ്. അതിന്റെ തുടർച്ച യായിട്ടാണ് ഒരു പരിവർത്തനമെന്ന നിലയിൽ 1957 ൽ ഒരു കമ്യൂണിസ്റ്റ് ഗവൺമെന്റ് ഇവിടെ അധികാരത്തിൽ വന്നത്. ഇത്തരം ഒരു വിശകലനം ഇവിടെ നടന്ന കർഷകസമരങ്ങൾ ഒരു കാര്യം തെളിയിക്കുന്നു. അത് മദ്ധ്യവർഗ്ഗക്കാരായ കർഷകർ ഒരു വിപ്ലവപ്രസ്ഥാനത്തിന്റെ ശക്തരായ ബന്ധുക്കൾ അല്ലെന്നുള്ളതാണ്. ഇത്തരം ഒരു പ്രസ്ഥാനത്തിന്റെ സുഹൃ ത്തുക്കൾ നാമമാത്ര കർഷകരും കാർഷികത്തൊഴിലാളികളുമടങ്ങുന്ന വിഭാഗമാണ് താനും.

അധിക വായന

1.   കെ കെ എൻ കുറുപ്പ്, *ദ കയ്യൂർ റയറ്റ്* (കാലിക്കറ്റ് 1978).
2.   കെ കെ എൻ കുറുപ്പ്, *കേരളത്തിലെ കാർഷിക കലാപങ്ങൾ*, കോഴി ക്കോട് 2008.

6

കവിയും എഴുത്തുകാരനും

തന്റെ രാഷ്ട്രീയപ്രവർത്തനങ്ങൾ, സമൂഹത്തിന്റെ സാമ്പത്തികവും സാംസ്കാരികവുമായ പുരോഗതിക്കാവശ്യമായ ആശയങ്ങൾ എന്നിവ സമൂഹത്തിന്റെ എല്ലാതലങ്ങളിലും എത്തിക്കുന്നതിനു കേരളീയന് ഒരെ ഴുത്തുകാരനായി സ്വയം രൂപപ്പെടേണ്ടിവന്നു. ലഘുലേഖകളും പടപ്പാട്ടു കളും പത്രമാധ്യമങ്ങളിലൂടെ ലഭ്യമായ അവസരങ്ങളും ഇതിനുവേണ്ടി ഉപയോഗിച്ച ശക്തനായ ഒരെഴുത്തുകാരൻ കൂടിയായിരുന്നു കേരളീയൻ. പക്ഷേ, കാലത്തിന്റെ അടിയൊഴുക്കിൽ അവ പലതും നഷ്ടപ്പെട്ടുപോ യി.

ദേശീയ പ്രസ്ഥാനത്തിന്റെയും കർഷകപ്രസ്ഥാനത്തിന്റെയും കാല ഘട്ടത്തിൽ ശക്തമായ ഒരു ജേർണലിസവും ലേഖനശൈലിയും മലയാ ളഭാഷയിൽ രൂപപ്പെട്ടുകഴിഞ്ഞിരുന്നു. പ്രസംഗകലയിലൂടെ മാത്രമല്ല ഇത്തരം ലേഖനങ്ങൾ വഴി ബോധവല്ക്കരണത്തിന്റെയും ആശയപ്രചാ രണത്തിന്റെയും ഒരു പുതിയ മേഖല മലയാളത്തിൽ ആവിർഭവിച്ചു കഴി ഞ്ഞിരുന്നു. *ധർമ്മരാജ, രാമരാജബഹദൂർ* എന്നീ നോവലുകളിലൂടെ സി വി രാമൻപിള്ള ആരംഭിച്ചുകഴിഞ്ഞ ഒരു ശൈലിയിൽനിന്നും വ്യത്യ സ്തമായി ഡില്ലീഥഃകാരനാഭമണ്ഡിതമായ വാചാടോപത്തിൽനിന്നും വൃത്യസ്തമായി സാധാരണക്കാർക്കുപോലും സുഗ്രാഹ്യമായ ഒരു ഭാഷാ ശൈലി അന്നു രൂപപ്പെട്ടുവന്നിരുന്നു. ഇന്ത്യൻ നാഷണൽ കോൺഗ്രസി ന്റേയും പിന്നീടു കോൺഗ്രസ് സോഷ്യലിസ്റ്റു പാർട്ടിയുടെയും തുടർന്നു നാല്പതുകളിൽ കമ്മ്യൂണിസ്റ്റ് പാർട്ടിയുടെയും ആശയങ്ങൾ സമൂഹത്തിൽ പ്രചരിപ്പിക്കപ്പെട്ടത് ഇത്തരം ലേഖനങ്ങളിലൂടെയും ജേർണലിസത്തിലൂ ടെയുമായിരുന്നു. പദ്യസാഹിത്യത്തിന്റെ പ്രാചുര്യത്തിൽനിന്നും ഗദ്യസാ ഹിത്യത്തിന്റെ അന്തർധാരയിലേക്കുള്ള ഒരു വലിയ മാറ്റം അന്നു രൂപ

പ്പെട്ടു. ഷൊർണ്ണൂരിൽനിന്നും പ്രസിദ്ധീകരിക്കപ്പെട്ടതും ഇ എം എസി നെപ്പോലുള്ള ഇടതുപക്ഷ നേതാക്കൾ നേതൃത്വംകൊടുക്കുകയയും ചെയ്ത *പ്രഭാതം* പോലുള്ള വാരികകൾ ഈ മാറ്റത്തിന്റെ ജിഹയായിരുന്നു. ഇരു പതുകളിൽ ആരംഭിച്ച *മാതൃഭൂമി* ദേശീയതയുടെയും കാർഷിക പ്രശ്ന ങ്ങളുടെയും രൂപരേഖ ഗ്രാമാന്തരങ്ങളിലെത്തിച്ചു.

ഇരുപതാം നൂറ്റാണ്ടിന്റെ ആദ്യം തന്നെ തിരുവിതാംകൂറിൽ സ്വദേ ശാഭിമാനി രാമകൃഷ്ണപിള്ള രാജഭരണത്തിന്റെ അഴിമതികളെയും ദിവാൻ ഭരണകൂടത്തിന്റെ കൊള്ളരുതായ്മകളെയും ശക്തമായ ഭാഷ യിൽ വിമർശിച്ചുകൊണ്ടുള്ള ക്രിയാത്മക ജേർണലിസത്തിന്റെ ഒരു പുതിയ ശാഖ തന്നെ വെട്ടിത്തുറന്നിരുന്നു. ഇത്തരം മാറ്റങ്ങൾ സാംസ്കാ രികമായ ഒരുണർവ്വ് ഉത്തരകേരളത്തിലും സൃഷ്ടിച്ചു. മൊയ്യാരത്തു ശങ്ക രൻ, കെ കേളപ്പൻ, കെ പി കേശവമേനോൻ തുടങ്ങിയ ദേശീയവാദി കളും രാഷ്ട്രീയപ്രവർത്തകരും ഗദ്യരചനകളിലൂടെയും തങ്ങളുടെ ലേഖ നങ്ങളിലൂടെയും ആശയപരമായ പെരുമാറ്റത്തിനും നേതൃത്വം കൊടു ത്തു. ഈ പാരമ്പര്യത്തിലേക്കായിരുന്നു മുപ്പതുകളിൽ ദേശീയവാദിയായ കേരളീയനും കടന്നുവന്നത്.

ഫോക്‌ലോർ പാരമ്പര്യം

തങ്ങളുടെ സാമൂഹ്യമായ ചുറ്റുപാടുകളെപ്പറ്റി കെ പി ആർ ഗോപാ ലൻ, പ്രേംജി, കേരളീയൻ എന്നിവർ നാട്ടിപ്പാട്ടുകളുടെയും ഫോക്‌ലോ റിന്റെയും പാരമ്പര്യത്തിൽ ഗ്രാമീണ ദാരിദ്ര്യത്തിന്റെയും കൊളോണി യൽ ചൂഷണത്തിന്റെയും നിശിതമായ വിമർശനം നടത്തുകയുണ്ടായി. അന്നത്തെ തലമുറയുടെ ഈ ഗാനങ്ങളിലൂടെ ആശയപരമായ ഒരു മാറ്റ മാണ് ഗ്രാമീണ സമൂഹത്തിൽ ഉണ്ടാക്കിയത്. ഇന്ന് അവ പലതും പൂർണ്ണ മായും നഷ്ടപ്പെട്ടിരിക്കുന്നു. പലതും തിരിച്ചുകിട്ടാൻ സാദ്ധ്യതയില്ലാതാ നും. കേരളീയൻ തന്നെ ഒരിക്കൽ അവയെപ്പറ്റി പ്രതിപാദിച്ചിട്ടുണ്ട്.

ആ കോൽക്കളിപ്പാട്ടാകെ കിട്ടാനെന്തു മാർഗ്ഗം എന്നു ഇന്നലെ കൈപ്പറ്റിയ സ്നേഹപൂർണ്ണമായ കത്തു വായിച്ചപ്പോൾ വീണ്ടും വിചാരമുണ്ടായി. പാടിക്കളിച്ച രംഗത്തുനിന്നും നമുക്ക് ശേഖരി ക്കാനാവില്ലെന്നു വന്നാൽ അത് വലിയ നഷ്ടമല്ലേ? പുഞ്ചവിള വെള്ളത്തിൽ എന്നതു എന്റെ ഓർമ്മയിൽ ഇല്ലാത്തതായിരുന്നു. കത്തുവായിച്ചപ്പോൾ അതിലെ തന്നെ മറ്റു ചില വരികൾ എന്റെ ഓർമ്മയിൽ വന്നു. ഇവയെല്ലാം ശേഖരിക്കുവാൻ വല്ല മാർഗ്ഗവു മുണ്ടോ? പല ഭാഗത്തുനിന്നും ഉത്തരവാദപ്പെട്ട സഖാക്കൾ അമ്പേ ഷിക്കുമ്പോൾ എനിക്കൊന്നും മറുപടി പറയാനാവാതെ വിഷമി ക്കുന്നു. അന്നത്തെ നമ്മുടെ പ്രസ്ഥാന ചരിത്രം പുതിയ തലമു റയ്ക്കു കൈമാറാനാവുന്നില്ലെന്നതിൽ വലിയ വ്യസനം. 1964 ഓടെ ഇതാകെ ബോധപൂർവ്വം നശിപ്പിച്ച ഒരു ദാരുണകഥകളും കണ്ണൂർ

ജില്ലയിൽനിന്നും കേട്ടു. കഴിഞ്ഞ ആഗസ്ത് 19 നു കൃഷ്ണ പിള്ളപ്പതിപ്പിലേക്കുവേണ്ടി നമ്മുടെ കോഴിക്കോട് ജനയുഗത്തിൽ ഞാനൊരു പഴയ പാട്ടു പ്രസിദ്ധപ്പെടുത്തുവാൻ ആഗ്രഹിച്ചുണ്ടായ ഫലം നിരാശാജനകമാണ്. 1948 ലെ കമ്യൂണിസ്റ്റ് വിരുദ്ധ പടയോ ട്ടത്തിന്റെ നേതാവായ കേളപ്പനെ തൊട്ടു ഞാൻ ഒരു പാട്ടുപുസ്ത കമെഴുതി. നമ്മുടെ സ. അഴീക്കോടൻ രാഘവൻ അതു പ്രസിദ്ധ പ്പെടുത്തി. നാട്ടിൽ നടക്കുന്ന കേളപ്പൻമാർ എന്ന ഒരു വരി തൊട്ടു കേളപ്പൻ കോടതിയിലെത്തി. അതേ പാട്ടു പുസ്തകത്തിൽ സ. കൃഷ്ണപിള്ളയെപ്പറ്റി ഞാനെഴുതിയ പാട്ടായിരുന്നു എനിക്കാവ ശ്യം. ആരാണീ കേരളഭൂവിതിൽ വിപ്ലവപ്പേരാലിൻ തൈവെച്ചു നട്ട താദ്യം? കോടതിയാലാകെ വളരെനാൾ ഒച്ചപ്പാടുണ്ടാക്കിയ ആ പാട്ടുപുസ്തകത്തിൽനിന്നത് കിട്ടുമാറാക്കാൻ ഞാൻ ശ്രമിച്ചു. തോറ്റുപോയി. ആ പാട്ടുപുസ്തകം അഴീക്കോടന്റെ വീട്ടിലെങ്കിലും ഇല്ലാതിരിക്കില്ല. വളരെ സാഹസപ്പെട്ടു ശ്രമിച്ചാൽ കിട്ടിയേക്കും. പഴയ ചരിത്രത്തിൽ ആളെപ്പോലും കൊട്ടയിലാക്കി മാറ്റിക്കൊണ്ടു പോകാനുള്ള സാഹസം കാട്ടിയവരാണ് നമ്മുടെ നാട്ടുകാർ. എന്നാൽ ഇന്നും ഒരു പാട്ടുപുസ്തകംപോലും നിർഭയം കിട്ടാവു ന്നതു ശേഖരിക്കാൻ തൃഷ്ണ കാട്ടുന്നില്ല (അതിയിടത്തെ പി വി നാരായണൻ മാസ്റ്റർ 24.3.1985 നു എഴുതിയ എഴുത്ത്).

ഇതേ കാലത്ത് ടി എസ് തിരുമുമ്പ് രചിച്ചു പ്രചരിപ്പിച്ച പൂരക്കളി പ്പാട്ടുകളും ഇത്തരത്തിൽ നശിച്ചുപോകാനിടയായത് എൺപതുകളിൽ വീണ്ടെടുത്തു കേരള സാഹിത്യ അക്കാദമിയിലൂടെ പ്രസിദ്ധീകരിക്കാൻ കഴിഞ്ഞത് ഇവിടെ ഓർത്തുപോകുന്നു. എന്നാൽ അന്നത്തെ ഗാനസാ ഹിത്യം അഥവാ ഫോക്ലോർ പാരമ്പര്യമുള്ള നാടോടിപ്പാട്ടുകൾ പൂർണ്ണ മായും കേരളീയൻ തന്നെ സൂചിപ്പിച്ചതുപോലെ നഷ്ടപ്പെട്ടുപോയിരിക്കു കയാണ്. കൊല്ലാക്കൊല, വയൽപ്പാട്ട് എന്നീ രണ്ടു പാട്ടുകൾ പൂർണ്ണ മായും കണ്ടെത്തിയിട്ടുണ്ട്.

വർഗ്ഗവൈരുദ്ധ്യം

കേരളീയൻ തന്നെ എ കെ പൊതുവാളിന്റെ കർഷകപ്രസ്ഥാനം സംബന്ധിച്ച പുസ്തകത്തിന്റെ അവതാരികയിലും മറ്റു ചില ആനുകാ ലികങ്ങളുടെ വാർഷികപ്പതിപ്പുകളിലും എഴുതിയ ചില സ്മരണകളിലും അന്നു പ്രധാനമായും എഴുതി പ്രചരിപ്പിച്ചിരുന്ന ചില നാട്ടിപ്പാട്ടുകളുടെ ഉദ്ധരണികൾ കൊടുത്തത് കാണാം. അവ ദേശീയതയും കർഷകരുടെ വർഗ്ഗബോധവും കെട്ടിപ്പടുക്കുന്നതിൽ വഹിച്ച പ്രധാനമായ പങ്ക് ഒരു ചരിത്രരേഖയെന്ന നിലയിൽ പ്രത്യേകം സ്മരണീയമാണ്. ഉത്തരകേര ളത്തിന്റെ കാർഷിക സമൂഹങ്ങളിൽ ഇത്തരം പാട്ടുകൾ ആലപിക്കാത്ത സ്ത്രീപുരുഷന്മാർ അന്ന് ഉണ്ടായിരിക്കുകയില്ലെന്നു പറയാം. ആ പാട്ടു

കളെല്ലാം തന്നെ ജന്മിത്തത്തെയും കൊളോണിയൽ കാർഷികബന്ധ
ങ്ങളെയും അവയുടെ സാമ്പത്തിക ചൂഷണത്തെയും യഥാതഥമായി
പ്രതിഫലിപ്പിച്ചുകൊണ്ടു ഗ്രാമാന്തരങ്ങളിൽ ഒരു പുതിയ വർഗ്ഗബോധം
വളർത്തിയെടുത്തു. ഈ പാട്ടുകളുടെ ചരിത്രപ്രാധാന്യവും അതുതന്നെ
യായിരുന്നു.

ഇംഗ്ലണ്ടിലെ കെന്റ് എന്ന സ്ഥലത്ത് ഒരു പാരിഷ്വികാരിയായ
ജോൺബാൾ 1200 കളിൽ ഒരു ഞായറാഴ്ച പ്രഭാഷണത്തിൽ കർഷക
രുടെ യാതനകളെക്കുറിച്ചും വർഗ്ഗവൈരുദ്ധ്യത്തേയും കുറിച്ചു നടത്തിയ
ചില വസ്തുതകൾ ഇവിടെ ഉദ്ധരിക്കട്ടെ.

> നമ്മൾ കോറത്തുണി ധരിക്കുമ്പോൾ അവർ വെൽവെറ്റിൽ പൊതി
> ഞ്ഞിരിക്കുന്നു. അവർക്കു വൈനും എരിവുകളും നല്ല അപ്പവും.
> നമുക്ക് തിനയും ഉമിയും വൈക്കോലും. നമ്മൾ വെള്ളം കുടി
> ക്കുന്നു. അവർക്കു രമ്യഹർമ്മ്യങ്ങളാൽ സുരക്ഷയും ഉല്ലാസവും.
> നമുക്ക് യാതനയും അദ്ധാനവും. വയലിലെ കാറ്റും മഴയും. അവ
> രുടെ സുഖഭോഗത്തിനു വേണ്ടുന്നതെല്ലാം നമ്മുടെ അദ്ധാനത്തിൽ
> നിന്നും ഉണ്ടാവണം (രണ്ജിത്ത് ഗുഹ, *എലിമെന്ററി ആസ്പെക്ട്സ്*
> *ഓഫ് പെസന്റ് ഇൻസർജൻസി* ഡൽഹി, 1983 പു. 60).

ഈ ഒരു പ്രഭാഷണത്തിന്റെ ഉള്ളടക്കം ഒരുപക്ഷേ വേണ്ടത്ര അറി
യാതിരുന്ന കേരളീയനും മുപ്പതുകളിൽ തന്റെ പാട്ടുകളിലൂടെ പ്രചരിപ്പിച്ച
വർഗ്ഗവൈരുദ്ധ്യത്തിന്റെ ആശയവും ഇതുതന്നെയായിരുന്നു. കേരളീയൻ
ഒരു ഞാറ്റുപാട്ടിൽ എഴുതി:

വലിയോറു വലിയോറു മാളികമേൽ
തിന്നു തടിച്ചു പുളച്ചീടുന്നു
അക്കൂട്ടരെങ്ങാനും നാട്ടിക്കണ്ടോ?
അക്കൂട്ടരെങ്ങാനും ഞാറുതൊട്ടോ?
ഉദയം തൊട്ടന്ത്യോളം വയലിൽ നമ്മൾ
പണിചെയ്തുവെന്നാലും കൊങ്ങായ്യല്ലേ?

ഇത്തരം നാട്ടിപ്പാട്ടുകളിലൂടെ അഥവാ മാവേലി നാടുവാണീടുംകാലം
എന്ന സുപ്രസിദ്ധമായ ഫോക്ലോർ ഗാന ശൈലിയിൽ സാമ്രാജ്യത്വ
വിരുദ്ധ മനോഭാവവും ജന്മിത്ത വിരുദ്ധമനോഭാവവും രൂഢമൂലമാക്കു
വാൻ ഒരു ഗ്രാമീണ കവിയെന്ന നിലയിൽ കേരളീയനു കഴിഞ്ഞു. അധീ
ശവർഗ്ഗത്തിനെതിരായ വർഗ്ഗസമരത്തിൽ ഫോക്ലോർ മാധ്യമത്തെ ഒരു
പുതിയ ആയുധമായി കേരളീയന് ഉപയോഗപ്പെടുത്തുവാൻ കഴിഞ്ഞു.
ഒരു പ്രചാരണസാഹിത്യമെന്നതിലുപരി കാവ്യപ്രതിഭയുടെ പ്രതിഫലനം
ആ സൃഷ്ടികളിൽ കാണാനാവും.

നമ്മൾ ജനിച്ചു വളർന്ന നാട്
നമ്മൾ കനകം വിതച്ച നാട്
ഇരുന്നൂറു കൊല്ലമായ് വെള്ളക്കാര്

നമ്മുടെ നാടു ഭരിച്ചീടുന്നു
ഇരുപഞ്ഞൊന്നായിരം വൈസ്രോയിക്ക്
മാസപ്പടി നമ്മൾ കൊടുത്തീടുന്നു
അയാൾക്ക് ബത്തപോലഞ്ചുലക്ഷം
സർക്കീട്ടിന്നുണ്ടുപോൽ പത്തുലക്ഷം
വന്നില്ലെ പിന്നെ ഗവർണ്ണർ സായ്പ്!

ദാദാഭായ് നവറോജിയും രമേശ് ചന്ദ്രദത്തും ബ്രിട്ടീഷ് ഇന്ത്യയുടെ സാമ്പത്തിക ചരിത്രത്തിൽ വിശകലനം ചെയ്തതുപോലെ ഇന്ത്യൻ വിഭവങ്ങളുടെ ശോഷണം അഥവാ പിഴിഞ്ഞെടുക്കൽ ഈ വരികളിലൂടെ കേരളീയൻ അവതരിപ്പിച്ചിരിക്കുകയാണ്.

അതുപോലെ കോൺവാലീസ് പ്രഭു ഇന്ത്യയിൽ കെട്ടിപ്പടുത്ത ജമീന്ദാരി വ്യവസ്ഥ ഒരു പുതിയ ജന്മിത്തത്തെ ഇന്ത്യൻ ഗ്രാമങ്ങളിൽ വ്യവസ്ഥാപിതമാക്കി. ഇവിടെ ഒരു പുതിയ വർഗ്ഗവൈരുദ്ധ്യം പ്രകടമായി ഉയർന്നുവന്നു. കേരളീയനെന്ന കവി അല്പം വാക്കുകളിലൂടെ ആ സ്ഥിതി വിവരിക്കുകയാണ്.

തമ്പുരാനമൃതേന്തുമ്പോൾ കാടികൂടീ നമുക്കുണ്ടോ
കരിക്കാടി തന്നെ മോന്തിജീവിച്ചിടേണ്ടേ?
നമ്മൾ കുടിക്കും കഞ്ഞിയോ കരിക്കാടിതന്നെയിന്നും
നമ്മളുടുക്കും തുണിയോ മുതുവാമ്പല
തമ്പുരാൻ മണിക്കൊട്ടാരം തന്നിൽ നിവസിച്ചീടുമ്പോൾ
നമ്മൾ കുടിപാർക്കും വീട് കുപ്പമാടം താൻ
തമ്പുരാന്റെ ക്ഷൗരംപോലും ചന്തം ചാർത്തലാക്കിത്തീർത്ത
ചീഞ്ഞളിഞ്ഞ സമുദായം നശിച്ചിടട്ടെ.

ഫ്യൂഡൽ സമൂഹത്തിൽ ജന്മി; ദൈവത്തിന്റെ പ്രതിനിധിയായ തമ്പുരാനാണ്. ഭാഷാപരമായി കർഷകന്റെ ഭക്ഷണം കരിക്കാടിയെന്നറിയപ്പെടുന്നു. കർഷകന്റെ വസ്ത്രം മുതുവാമ്പല തന്നെ. കർഷകന്റെ വീടു കുപ്പമാടവും. ഇത്തരത്തിൽ അന്നു നിലനിന്നിരുന്ന കൊളോണിയൽ ഫ്യൂഡൽ ബന്ധങ്ങളോടുള്ള കവിയുടെ വിമർശനം ആശയപരമായി വളരെ പ്രാധാന്യമർഹിക്കുന്നു.

കർഷകപ്രസ്ഥാനം നിലവിൽ വരാനിരുന്ന ഒരുകാലത്ത് ആജീവനാന്തം ജന്മിവിരോധിയായിരുന്നു വേകയിൽ നായനാരുടെ കുടിയാനും വലിയ മർദ്ദനങ്ങൾക്ക് വിധേയനുമായ രാമേട്ടൻ എന്ന കർഷകൻ. അദ്ദേഹം പാടി പ്രചരിപ്പിച്ച ചില പാട്ടുകൾ ഇപ്രകാരമായിരുന്നു.

വേങ്ങലെ കുഞ്ഞിരാമനായിനാറെ, നായിനാറെ,
                                നായിനാറെ
നിന്റേടെ ഞാനങ്ങ് വന്നൂട്ടാലു, വന്നൂട്ടാലു, വന്നൂട്ടാല്
വായ്ക്കൈക പൊത്യങ്ങ് ഞാൻ നിന്നീടേണ്ടേ, നിന്നീടേണ്ടേ,
                                നിന്നീടെണ്ടെ?
എന്റേടെ നീയങ്ങ് പോന്നൂട്ടാല്, പോന്നൂട്ടാല്, പോന്നൂട്ടാലു

കായും കൊയ്യല്ല ഞാൻ തക്കരിക്ക, തക്കരിക്ക, തക്കരിക്ക.

ഇതേ പാട്ടിന്റെ രീതിയിൽ കർഷകന്റെ ജീവിതദുഃഖങ്ങളെ ആകർഷ കമായ ശീലുകളിൽ എഴുതിയായിരുന്നു കേരളീയൻ പ്രചരിപ്പിച്ചത്. വർഗ്ഗസമരത്തിന്റെ ഇത്തരം ആശയപ്രചരണവും അതുപോലെ സംഘ ടനാപ്രവർത്തനവും ഒന്നിച്ചു മുന്നോട്ടു കൊണ്ടുപോകുവാൻ കേരളീയനും മറ്റു സഹപ്രവർത്തകർക്കും കഴിഞ്ഞു. മലബാറിലെ ചിറയ്ക്കൽ താലൂക്ക് ഒരു ചുവന്നതാലൂക്ക് ആണെന്നു ഡിക്സൺ തുടങ്ങിയ ബ്രിട്ടീഷ് ഉദ്യോ ഗസ്ഥന്മാർ വിശേഷിപ്പിച്ച പശ്ചാത്തലവും ഇതായിരുന്നു.

കർഷകന്റെ ദയനീയമായ ജീവിതപശ്ചാത്തലവും സാമ്പത്തിക ദുരി തവും ഇത്തരം ഒരു ഞാറ്റുപാട്ടിൽ കേരളീയൻ വിവരിക്കുകയാണ്.

പാട്ടം പുറപ്പാടുവാരം നമ്മൾ
കൃത്യമായ് പുക്കിച്ചിടണ്ടേ?
ഓണം വിഷു തൊട്ടനാളിൽ നമ്മൾ
കാണിക്ക വെച്ചു തൊഴേണ്ടേ?
എന്തോരടിമത്തനീതിയിതു
ഹന്ത! സഹിക്കുമെമ്മട്ടിൽ
കാലം പിഴച്ചുപോയാലും വിള
നാശം പിണഞ്ഞുപോയാലും
കാര്യം കടുകീറിയല്ലേ ജന്മി
വാങ്ങുന്നു നമ്മളിൽനിന്നും
ഏറെനാൾ ജന്മിപിടിച്ചു വാശി
തീരെ നശിച്ചുകൃഷിക്കാർ
മേലാലൊരുമിച്ചു സംഘം ചേർന്നു
നമ്മൾ പിടിക്കണം വാശി

ജന്മിമാർ പിരിപ്പിച്ചിരുന്ന അക്രമപ്പിരിവുകളായ വാശി, അരി, മുക്കാൽ, ശീലക്കാശ്, വെച്ചു കാണൽ തുടങ്ങിയവ ഇല്ലാതാക്കുവാനായി കർഷക സംഘടന നേതൃത്വം കൊടുക്കുകയും ജന്മിഗൃഹങ്ങളിലേക്ക് സംഘടി തമായ കർഷകജാഥകൾ നയിക്കുകയും ചെയ്തു. അഖിലേന്ത്യാ തല ത്തിൽ കിസാൻസംഘം രൂപീകരണത്തിനും മലബാറിൽ അതിന്റെ ശാഖ കളുടെ പ്രവർത്തനത്തിനും മുമ്പായിരുന്നു അത്തരം ജാഥകൾ നയിച്ചു വെന്നത് മലബാറിലെ കർഷകപ്രസ്ഥാനത്തിന്റെ ഒരു പ്രത്യേകതയായി രുന്നു.

ഇത്തരം കർഷകപ്രസ്ഥാനങ്ങൾ 1936 കൾക്കുശേഷം തങ്ങളുടെ വർഗ്ഗബന്ധുക്കളായ തൊഴിലാളിസംഘടനകളോടൊപ്പം വളരെ സജീവ മായി പ്രവർത്തിച്ചുവന്നു. അവരുടെ മാർച്ചിങ്സോൺ മാർക്സിസം ലെനി നിസത്തിന്റെ ആശയങ്ങളുമായി ബന്ധപ്പെട്ടുകൊണ്ടായിരുന്നു താനും.

നമ്മൾ കെട്ടിയിട്ടുള്ള ചങ്ങലയല്ലാതെയൊന്നും
നമ്മൾക്ക് നഷ്ടപ്പെടാനിയുലകിലില്ല.
കിട്ടുവാനാണെങ്കിലോ നാമോർത്തു നോക്കൂ കാര്യഭാഗം

വിസ്തൃതമാം വിശാലമാം മുഴുവൻ ലോകം.

ഇത്തരത്തിൽ തൊഴിലാളിവർഗ്ഗത്തിന്റെ രാഷ്ട്രീയത്തെ മർദ്ദിതരും പതിതരുമായ ജനവിഭാഗങ്ങളിലെത്തിക്കുവാനും അവരുടെ ചങ്ങലക്കെട്ടുകൾ പൊട്ടിക്കുന്നതിലും കേരളീയന്റെ പങ്കാളിത്തം നിസ്തുലമായിരുന്നു. അതെല്ലാം ഒരു സാമൂഹ്യ വിപ്ലവത്തിന്റെ ആശയപ്രചരണവും പ്രവർത്തനനൈരന്തര്യവുമായി രൂപാന്തരപ്പെട്ടു.

ലേഖനങ്ങളും സാമൂഹ്യചിന്തകളും

ഞാറ്റുപാട്ടുകളെയും ഫോക്ലോർ പാരമ്പര്യവുംപോലെ കേരളീയൻ ഉപയോഗപ്പെടുത്തിയ മറ്റൊരു മേഖല ലേഖനങ്ങളായിരുന്നു. ലേഖനപരമ്പരകളിൽ മൂന്നു ഘട്ടങ്ങൾ കാണാവുന്നതാണ്. ആദ്യഘട്ടം ദേശീയ പ്രസ്ഥാനവും അതിന്റെ രാഷ്ട്രീയവുമായി സമരസപ്പെട്ടുകൊണ്ടുള്ള ആദ്യ ഘട്ടമായിരുന്നു. പിന്നീടുള്ള ഘട്ടം സ്വാതന്ത്ര്യാനന്തരഘട്ടത്തിൽ കേരളത്തിൽ സമഗ്രമായ ഒരു ഭൂപരിഷ്കരണത്തിനു വേണ്ടിയുള്ള ആശയപ്രചരണത്തിന്റെ ഘട്ടമായിരുന്നു. ആശയ പ്രചരണം മാത്രമല്ല എന്തായിരിക്കണം ഭൂപരിഷ്കരണം എന്ന പ്രത്യയശാസ്ത്രപരമായ കാഴ്ചപ്പാടുകൾ ഈ ലേഖനങ്ങളിൽ പ്രതിഫലിപ്പിക്കുന്നുണ്ട്. കേരളത്തിലെ കാർഷിക പ്രശ്നങ്ങളുമായി ബന്ധപ്പെട്ട ഇത്തരം ഒരു ചർച്ച, ഫ്യൂഡൽ ബന്ധങ്ങളുടെ നിയമപരമായ അഥവാ സ്റ്റേറ്റിന്റെ ഇടപെടൽ വഴിയുള്ള നിരാകരണമാണ് ലക്ഷ്യമാക്കിയത്. ഇത്തരം ചർച്ചകളുടെ പൂർണ്ണ ഫല പ്രാപ്തിയായിട്ടാണ് 1957 ൽ ഏകീകൃത കേരള സ്റ്റേറ്റായി ഇ എം എസ് മന്ത്രി സഭയും ഗവൺമെന്റും അധികാരത്തിൽ വന്നത്. ഈ ഗവൺമെന്റിന്റെ ആദ്യത്തെ ഓർഡിനൻസ് തന്നെ ഒരു സമഗ്ര കാർഷിക നിയമം നടപ്പിലാക്കുന്നതിന്റെ മുന്നോടിയായി മണ്ണിൽ കൃഷിചെയ്തുകൊണ്ടിരിക്കുന്ന കർഷകനെ അഥവാ കുടിയാനെ ഒഴിപ്പിക്കുവാൻ പാടില്ലെന്ന നിയമം നടപ്പിലാക്കി. ഇന്ത്യയിൽ 1793 ൽ ഇംഗ്ലീഷ് ഈസ്റ്റിന്ത്യാ കമ്പനിയുടെ ഗവൺമെന്റിനുവേണ്ടി അന്നത്തെ ഗവർണ്ണർ ജനറൽ നടപ്പിലാക്കിയ ജമീന്ദാരി വ്യവസ്ഥയുടെ സൃഷ്ടിയായ നവജന്മിത്തത്തിന്റെ ഭരണപരമായ ആനുകൂല്യത്തെ നിഷേധിച്ചുകൊണ്ടുള്ള ആദ്യത്തെ നിയമപരമായ ഒരിടപെടൽ. ഇത്തരം ഒരു ഘട്ടത്തിനുവേണ്ടി ഇന്ത്യയിൽ ഏതാണ്ട് 450 ലധികം കർഷക സമരങ്ങളും കലാപങ്ങളും പല ഭാഗങ്ങളിലുമായി നടന്നുവെന്ന കാര്യം പ്രത്യേകം അനുസ്മരണീയമാണ്.

ലേഖനങ്ങളുടെ മൂന്നാം ഘട്ടം പ്രധാനമായും കേരളീയൻ *കൃഷിക്കാരൻ* എന്ന മാസികയുടെ പത്രാധിപരെന്ന നിലയിലുള്ളതായിരുന്നു. പാർട്ടിയുടെ ആശയങ്ങൾ പ്രവർത്തകരിലെത്തിക്കുവാനും ഭൂപരിഷ്കരണത്തിന്റെ ആശയങ്ങൾ ഗവൺമെന്റ് മെഷിനറി സമഗ്രമായി നടത്തേണ്ടതിനെക്കുറിച്ചും അദ്ദേഹം കൃഷിക്കാരനിൽ എഴുതി.

ഈ മൂന്നു ഘട്ടങ്ങളേയും വിലയിരുത്തിക്കൊണ്ടു മാത്രമേ കേരളീയന്റെ സാമൂഹ്യശാസ്ത്രപരമായ സംഭാവനയുടെ പ്രാധാന്യം മനസ്സി

ലാക്കുവാൻ കഴിയുകയുള്ളൂ (കേരളീയന്റെ ലഭ്യമായ ലേഖനങ്ങൾക്ക് ഡോ. കെ കെ എൻ കുറുപ്പ്, *കേരളീയന്റെ ലേഖനങ്ങൾ*, കേരളീയൻ സ്മാരകസമിതി, കോഴിക്കോട് 2014 പതിപ്പു കാണുക).

ആത്മകഥാംശമുൾക്കൊള്ളുന്ന ലേഖനങ്ങൾ പ്രധാനമായും ആദ്യ ഘട്ടത്തിന്റെ സ്മരണകളായി പ്രസിദ്ധീകരിക്കപ്പെട്ടത് 1960 കൾക്കുശേ ഷമാണ്. മുപ്പതുകളിലെ പ്രവർത്തനങ്ങളും മറ്റു സഹപ്രവർത്തകരുമാ യുള്ള ബന്ധങ്ങളും ഈ ലേഖനങ്ങളിൽ സ്മരിച്ചു കാണാം. ഒരുപക്ഷേ കേരളീയൻ എന്ന രാഷ്ട്രീയ പ്രവർത്തകന്റെയും ഫോക്‌ലോർ കർത്താ വിന്റെയും ജീവിതചിത്രം അവ്യക്തമായെങ്കിലും നമുക്ക് ലഭിക്കുന്നത് ഈ സ്മരണകളിൽനിന്നാണ്. എന്നാൽ മുപ്പതുകളിലെ പ്രധാന രാഷ്ട്രീയ പ്രവർത്തനത്തിന്റെയും എഴുത്തുകളുടെയും പൂർണ്ണമായ ഒരു ചിത്രം ലഭിക്കുന്നില്ല താനും. *മാതൃഭൂമി, പ്രഭാതം* തുടങ്ങിയ പത്രങ്ങളിലെ കുറി പ്പുകളും പ്രവർത്തനറിപ്പോർട്ടുകളും സമാഹരിക്കപ്പെട്ടിട്ടില്ലെന്നതാണ് വാസ്തവം.

സെക്രട്ടറി, അഖില ലേബർ കർഷകസംഘം, എന്ന നിലയ്ക്ക് 1938 ഒക്ടോബർ 14 ന്റെ *പ്രഭാതത്തിൽ* കുടിയായ്മ നിയമം മാറ്റിക്കിട്ടാൻ എന്ന ഒരു റിപ്പോർട്ടു കാണാം. മലബാർ കുടിയായ്മ നിയമത്തിനു ചില ഭേദഗ തികൾ അഖിലേന്ത്യാകർഷകദിനത്തിൽ (സെപ്തംബർ 1 ന്) അവതരി പ്പിച്ചതാണിത്. മലബാർ കുടിയായ്മാ നിയമഭേദഗതിബിൽ ദിനം ഇതനു സരിച്ചു നവംബർ 6 നു മലബാറിലെങ്ങും അനുഷ്ഠിക്കുകയുണ്ടായി. കല ക്ടറെ സമീപിക്കുവാനായി തെക്കും വടക്കും നിന്നു 1000 പ്രതിനിധിക ളുടെ ഒരു കർഷക ജാഥ നയിക്കുവാനും ആവശ്യപ്പെട്ടുകാണാം.

മറ്റൊരു ലേഖനം മലബാറിലെ കൃഷിക്കാർ ഗവൺമെന്റിനെ സമീ പിക്കും എന്നതാണ്. 1938 ഡിസംബറിൽ ജന്മിമാരുടെ ആക്രമപ്പിരിവു കൾ അവസാനിപ്പിക്കുന്നതിനായി കർഷകജാഥകൾ നയിക്കുന്നതിനെ തിരായി കലക്ടറും മറ്റും പുറപ്പെടുവിച്ച സർക്കുലറുകളെ *പ്രഭാതത്തിൽ* വിമർശിച്ചുകാണാം. അതിലെ പ്രധാന അഭ്യർത്ഥന കർഷക സംഘട നയെ ശക്തിപ്പെടുത്തുവാനാണ്. അന്നു നിലവിൽ വന്നിരുന്ന ഭരണം പൂർണ്ണമായും കോൺഗ്രസിന്റേതല്ലെന്നും ഇതിൽ അഭിപ്രായപ്പെട്ടു കാണാം.

കേരളീയൻ ഇന്ത്യൻ പാരമ്പര്യത്തിൽ സംസ്കൃത പണ്ഡിതനായി രുന്നുവെങ്കിലും തന്റെ രചനകളിൽ ഒരിക്കലും ഈ പാണ്ഡിത്യപ്രകടനം നടത്തിയിരുന്നില്ല. സാധാരണക്കാരന്റെ ഭാഷയിൽ, ചില പ്രത്യേക കാര്യ ങ്ങൾ ചോദ്യോത്തര രൂപത്തിൽ അവതരിപ്പിക്കുകയാണ് ചെയ്തിട്ടുള്ളത്. രണ്ടാം ലോക മഹായുദ്ധത്തിന്റെ കാലഘട്ടത്തിൽ അത്യന്തം തീക്ഷ്ണ മായ ഗ്രാമീണ ദാരിദ്ര്യത്തിന്റെ പിടിയിലകപ്പെട്ട ജനസമൂഹത്തിനു കർഷക പ്രസ്ഥാനം ആശ്വാസകരമായ പല നടപടികളും സ്വീകരിക്കു കയുണ്ടായി. മൊറാഴ, കയ്യൂർ തുടങ്ങിയ പ്രക്ഷോഭങ്ങളെത്തുടർന്നു മല ബാർ കർഷകസംഘം നിരോധിക്കപ്പെട്ടിരുന്നു. കിസാൻസംഘം എന്ന

പേരിലാണ് പിന്നീട് അത് പ്രവർത്തിച്ചത്. ഈ അവസരം വളരെ സമഗ്ര മായ ഒരു കുടിയായ്മാ നിയമത്തിനുവേണ്ടിയുള്ള പ്രവർത്തനങ്ങളും പ്രക്ഷോഭങ്ങളും ശക്തമാക്കി. *ദേശാഭിമാനിയിലും* മറ്റും അതിന്റെ ആവ ശ്യകത ഊന്നിക്കാട്ടിയ പല ലേഖനങ്ങളും കാണാവുന്നതാണ്. ലേഖന ങ്ങളിലെ ഈ രണ്ടാംഘട്ടം ശക്തമായ പ്രവർത്തനങ്ങൾക്ക് വേണ്ടിയുള്ള ആഹ്വാനമാണ്.

നേത്രകോണയിൽ ചേർന്ന ഒമ്പതാം അഖിലേന്ത്യാ കിസാൻ സമ്മേ ളനത്തിന്റെ (1945 ഏപ്രിൽ 2-9) ഒരുറിവ്യൂ റിപ്പോർട്ട് (*ദേശാഭിമാനി* 1945 ഏപ്രിൽ 22) *കിസാൻ സഭ കൃഷിക്കാരന്റെ പ്രാണനാണ്* എന്ന പേരിൽ പ്രസിദ്ധീകരിച്ചിട്ടുണ്ട്. കിസാൻ സഭ സ്വാതന്ത്ര്യസമരത്തിനു ശക്തികൂ ട്ടുകയാണ് ചെയ്തിട്ടുള്ളതെന്നു ലേഖകൻ ഇതിൽ വിശദീകരിക്കുന്നു. കിസാൻ സഭ കോൺഗ്രസിനോ മുസ്ലിംലീഗിനോ എതിരായിട്ടില്ലെന്നും ചൂണ്ടിക്കാട്ടി. "ഗ്രാമത്തിൽ കൃഷിക്കാരുടെ ഒപ്പം നിന്നു പ്രവർത്തിച്ചു കൊണ്ട് നഷ്ടപ്പെട്ടുപോയ കർഷകജീവിതത്തേയും സമുദായ ഘടന യേയും സമുദ്ധരിക്കുവാനുള്ള വീരോചിതമായ ആഹ്വാനവും നേതൃത്വ വുമായിരുന്നു ഇക്കൊല്ലത്തെ നേത്രകോണാ കിസാൻ സമ്മേ ളനം" എന്ന് ലേഖനമവസാനിപ്പിക്കുന്നു.

ഈ ഘട്ടത്തിലെ മറ്റു ചില ലേഖനങ്ങൾ കല്ല്യാട്ട് യശമാനൻ തുട ങ്ങിയവരുടെ കർഷക മർദ്ദനങ്ങളെയും യുദ്ധകാലത്തെ കരിഞ്ചന്ത തുട ങ്ങിയ വിഷയങ്ങളെയും കേന്ദ്രീകരിച്ചുകൊണ്ടായിരുന്നു. എന്നാൽ *ദേശാ ഭിമാനി* കണ്ടുകെട്ടുകയും കമ്യൂണിസ്റ്റുപ്രവർത്തകരും നേതൃത്വവും സ്വാതന്ത്ര്യാനന്തരഘട്ടത്തിൽ അറസ്റ്റു ചെയ്യപ്പെടുകയും പാർട്ടി നിരോ ധിക്കപ്പെടുകയും ചെയ്തതിനെ തുടർന്ന് കേരളീയന്റെ ലേഖനപരമ്പര കളും അവസാനിക്കുകയാണ്.

മൂന്നാം ഘട്ടത്തിൽ പ്രത്യേകിച്ചും 1960 കൾക്കുശേഷം *കൃഷിക്കാ രന്റെ* പത്രാധിപരെന്ന നിലയിൽ മുഖപ്രസംഗങ്ങളും മറ്റുമായി ധാരാളം ലേഖനങ്ങൾ എഴുതിക്കാണാം. ഇവയിലെ പ്രധാനപ്രതിപാദ്യം ഭൂപരി ഷ്കരണ നിയമത്തിന്റെ പ്രതികൂല വശങ്ങൾക്കു പകരം അനുകൂല വശ ങ്ങളുള്ള ഭേദഗതികൾ ആവശ്യമാണെന്നും ലാന്റ് ട്രിബ്യൂണലുകളുടെ പ്രവർത്തനം ശക്തമാക്കണമെന്നും മറ്റുമുള്ള ആവശ്യങ്ങളെ കേന്ദ്രീക രിച്ചുകൊണ്ടായിരുന്നു. അഖിലേന്ത്യാ കിസാൻസഭയുടെ സിൽവർ ജൂബിലി സമ്മേളനം 1961 മാർച്ച് 1 മുതൽ തൃശൂരിൽ വെച്ചു ചേരുന്നതി ന്റെയും അതിന്റെ കർഷക പതാക ജാഥ കാവുമ്പായിയിൽനിന്നും റിലേ കൊണ്ടുവന്നതിന്റെയും ഒരു ലേഖനം. "പൊങ്ങുക പൊങ്ങുക വാനിലേ ക്കാശു നീ" എന്ന പേരിൽ കൊടുത്തിരിക്കുന്നു (*കൃഷിക്കാരൻ*, 1961 ഫെബ്രുവരി 27).

ഉടുമ്പൻചോലയിലെ ഒഴിപ്പിക്കലിന്റെയും പെരപൊളിയുടെയും കാര്യ ങ്ങൾ, അയ്യപ്പൻ കോവിലിലെ ഒഴിപ്പിക്കലുകൾ, സാമൂഹ്യ നീതിക്കുവേ ണ്ടിയുള്ള കർഷകസമൂഹത്തിന്റെ പ്രവർത്തനങ്ങൾ രേഖപ്പെടുത്തുന്ന

വയാണ് (*കൃഷിക്കാരൻ* 1961 മെയ് 14). തെക്കെ വയനാട്ടിൽ ചിങ്ങേരി യിലെ ഒഴിപ്പിക്കലുകൾ മറ്റൊരു വിഷയമായി അവതരിപ്പിച്ചുകാണാം (*കൃ ഷിക്കാരൻ* 1961 ജൂലായ് 4). കൊട്ടിയൂർ പ്രശ്നം സംബന്ധിച്ചുള്ള ഈ ഊരാളന്മാരുടെയും ദേവസ്വത്തിന്റെയും നിലപാടുകൾ വിമർശിച്ചുള്ള ലേഖനം ഒരു വർഗ്ഗസമരമാണ് അവിടെ നടക്കുന്നതെന്നു ചൂണ്ടിക്കാട്ടു ന്നു. (*കൃഷിക്കാരൻ* 1961 സെപ്തംബർ 15). ഉള്ള ഭൂമിയിൽ ഉറച്ചു നില്ക്കു വാനുള്ള ഒരു ആഹ്വാനം കൂടിയാണ്. ആ ലേഖനം പ്രശ്നപരിഹാരത്തി നുള്ള സമീപനം; എൻ എസ് എസ് രംഗത്തുനിന്നു പിന്മാറുവാനും കൈവ ശക്കുടിയാന്മാരെ സ്ഥിരം കുടിയാന്മാരായി രേഖാമൂലം നിശ്ചയിക്കുവാനും അവരിൽനിന്നും ദേവസ്വം നേരിട്ടുവിഹിതം പിരിപ്പിക്കണം എന്നും ആയി രുന്നു.

ഈ ലേഖനങ്ങളെല്ലാം തന്നെ കാർഷികമായ അടിമത്തത്തിൽ നിന്നും കർഷകനെ മോചിപ്പിക്കുവാനുള്ള ഒരു വർഗ്ഗസമരത്തിന്റെ ആശ യപ്രചരണവും പ്രവർത്തനശൈലിയുടെ ആവശ്യകതയും ചൂണ്ടിക്കാട്ടു ന്നവയാണ്. ഒരു പുതിയ സാമൂഹ്യ ചരിത്രത്തെ സൃഷ്ടിക്കുവാൻ തന്റെ പേനയെ ഏറ്റവും ശക്തമായി കേരളീയന് ഉപയോഗിക്കുവാൻ കഴിഞ്ഞു. കേരളീയന് ഒരു ബിരുദം നല്കുകയാണെങ്കിൽ അതു കർഷകബന്ധു എന്നതായിരിക്കും ഏറ്റവും ഉചിതം. അധീശവർഗ്ഗവും ഭരണാധികാരിമാരും നിയമവും പൊലീസും കോടതികളും എല്ലാം ഉപയോഗപ്പെടുത്തി കർഷ കവർഗ്ഗപീഡനം ഒരു തുടർ നടപടിയായി മുന്നോട്ടു കൊണ്ടുപോകുമ്പോൾ ഒരു പ്രസ്ഥാനത്തിന്റെ പ്രതിനിധിയായി, കർഷകബന്ധുവായി ഗ്രാമാന്ത രങ്ങളിലും നേതൃത്വത്തിലും കേരളീയൻ ഒരു ജീവിതകാലം മുഴുവൻ പ്രവർത്തിച്ചു. ദരിദ്രന്റെ മോചനത്തിന്റെ പ്രത്യയശാസ്ത്രമാണ് മാർക്സിസം ലെനിനിസം. അതിന്റെ പ്രതിനിധിയായി ഈ കർഷക ബന്ധു ജീവിതാന്ത്യം വരെ പ്രവർത്തിച്ചു. ആ കാലടിപ്പാടുകളാണ് ഈ ലേഖനങ്ങൾ.

ആത്മകഥാംശം

കേരളീയന്റെ ആത്മകഥാംശമുൾക്കൊള്ളുന്ന ചില ലേഖനങ്ങൾ സ്മരണകളുടെ രൂപത്തിൽ ചില വാർഷികപ്പതിപ്പുകളിൽ പ്രസിദ്ധീകരി ച്ചത് അറുപതുകൾക്കുശേഷമാണെന്നു കാണാം. ഈ ലേഖനങ്ങളാണ് കേരളീയനെന്ന ദേശീയവാദിയും രാഷ്ട്രീയ പ്രവർത്തകനും കർഷകബ ന്ധുവും കമ്യൂണിസ്റ്റുകാരനും നടന്നെത്തിയ വഴികൾ വ്യക്തമാക്കുന്ന ത്. ഈ വഴികൾ മലബാറിലെ ഇതുമായി ബന്ധപ്പെട്ട പ്രസ്ഥാനങ്ങളുടെ വളർച്ചയുടെയും വികാസത്തിന്റെ ചരിത്രരേഖ കൂടിയാണ്. എന്നാൽ അവ പൂർണ്ണമായും കേരളീയന്റെ ആത്മകഥാപരമായ അനുസ്മരണങ്ങ ളാണെന്നും പറയുക വയ്യ. ഇവ പ്രധാനമായും പയ്യന്നൂർ കോൺഗ്രസ് സമ്മേളനത്തിൽ 1946 വരെയുള്ള അദ്ദേഹത്തിന്റെ ഒരു ഘട്ടത്തെയാണ് പ്രതിഫലിപ്പിക്കുന്നത്. ഇതാകട്ടെ ഇന്ത്യൻ ദേശീയ പ്രസ്ഥാനം ഒരു

രാഷ്ട്രീയ പ്രവർത്തകനെ വാർത്തെടുക്കുന്ന പശ്ചാത്തലത്തെ പരിചയ പ്പെടുത്തുന്നു.

സ്മരണകൾ സംബന്ധിക്കുന്ന ഈ പ്രധാന ലേഖനങ്ങൾ തന്റെ നേട്ടങ്ങളെ കൃത്യമായി രേഖപ്പെടുത്തുവാനുള്ള ഒരുപാധിയായി അവത രിപ്പിക്കപ്പെട്ടവയല്ല. അവ അന്നത്തെ രാഷ്ട്രീയ സംഭവവികാസങ്ങളെ സംക്ഷിപ്തമായി പ്രതിപാദിക്കുകയാണ്. ഇത്തരത്തിൽ ലഭിച്ച ഏഴു ലേഖ നങ്ങൾ, 'അദ്ധ്യാത്മരാമായണം വായിച്ചിട്ടുണ്ടോ' (*നവയുഗം വാർഷികം,* 1965), 'കേരളത്തിലെ കർഷകപ്രസ്ഥാനം' (*എ കെ പൊതുവാൾ, കേരള ത്തിലെ കർഷകപ്രസ്ഥാനത്തിന്റെ ചരിത്രം അവതാരിക, തൃശൂർ 1962*), 'സതീർത്ഥ്യന്റെ സ്മരണാഞ്ജലി', (*പി സ്മാരകസോവനീർ*), 'കർഷക പ്രസ്ഥാനത്തിന്റെ പ്രാരംഭഘട്ടം' (*ഇന്ത്യൻ കമ്മ്യൂണിസ്റ്റ് പാർട്ടി 40-ാം വാർഷിക സോവനീർ, 1966*), 'കർഷകപ്രസ്ഥാനവും സംഘടനയും' (*കൃ ഷിക്കാരൻ, വിശേഷാൽപതിപ്പ്*), 'കമ്യൂണിസ്റ്റ് പാർട്ടിയിലേക്ക് ഞാൻ നട ന്നെത്തിയ വഴി' (*ഇന്ത്യൻ കമ്മ്യൂണിസ്റ്റ് പാർട്ടി, കനകജൂബിലി ജനയു ഗം വിശേഷാൽ പ്രതി, 1975*), 'മലബാറിലെ കർഷക പ്രസ്ഥാനം' (*കമ്മ്യൂ ണിസ്റ്റ് പാർട്ടി കേരളത്തിൽ, സ്മരണിക 1990*) എന്നിവയാണ്.

ഒന്നാം ലേഖനം വിഷ്ണുഭാരതീയനുമായുള്ള സൗഹൃദത്തെയും അദ്ധ്യാത്മരാമായണത്തിൽ കേരളീയനുള്ള അവഗാഹവും വ്യക്തമാ ക്കുന്നു. അദ്ധ്യാത്മരാമായണത്തിലെ ഏറ്റവും പ്രധാനമായ അദ്ധ്യായം, അവസരം, ഇതിനെല്ലാം ഒരു പരീക്ഷയെഴുതുന്ന വിദ്യാർത്ഥിയെപ്പോലുള്ള കേരളീയന്റെ ഉത്തരം പ്രത്യേകം ശ്രദ്ധേയമാണ്. യുദ്ധകാണ്ഡത്തിൽ ഇന്ദ്ര ജിത്ത് വധിക്കപ്പെട്ടപ്പോഴുള്ള രാവണന്റെ വിലാപത്തിലെ "ഹാ ഹാ സുകു മാരാ വീരാ മനോഹരാ" എന്ന സന്ദർഭം കേരളയീൻ ചൂണ്ടിക്കാട്ടിയത് ഭാരതീയൻ ഇഷ്ടപ്പെടുകയും ചെയ്തു. പരീക്ഷാവിഷയത്തെ കർഷക പ്രസ്ഥാനവുമായി അദ്ദേഹം ബന്ധപ്പെടുത്തുന്നവിധവും ആകർഷകമാ ണ്. "നാട്ടിൻപുറങ്ങളിൽ രാഷ്ട്രീയ സംഘട്ടനാത്മകമായ അന്തരീക്ഷം നിലനില്ക്കാനിടവരുന്നു. തന്മൂലം വർഗ്ഗശത്രുക്കൾ ചുളുവിൽ തടിതപ്പി വിജയിക്കുന്നു. ആകയാൽ കൃഷിക്കാരനു വേണ്ടിയാണ് കർഷകസംഘം എന്നു വിശ്വസിക്കുന്നുണ്ടോ എന്നായിരിക്കട്ടെ നമ്മുടെ പരീക്ഷാ ചോദ്യം" രണ്ടാം ലേഖനം.

കേരളത്തിലെ കർഷകപ്രസ്ഥാനത്തെയും അന്നത്തെ ഞാറ്റുപാട്ടു കളെയും പറ്റിയുള്ള ഒരു ഹ്രസ്വ വീക്ഷണമാണ് എ കെ പൊതുവാ ളിന്റെ പുസ്തകത്തിനെഴുതിയ അവതാരിക. മൂന്നാം ലേഖനം പി കുഞ്ഞി രാമൻ നായർ എന്ന സതീർത്ഥ്യനുമായുള്ള ആത്മബന്ധത്തെയാണ് ചിത്രീകരിക്കുന്നത്. കവിയെ ജീവിതവിമർശകനായി മാറ്റുവാനുള്ള കേര ളീയന്റെ ഉപദേശങ്ങളും ഇതിൽ വിവരിക്കുന്നു. തഞ്ചാവൂർ സംസ്കൃത കോളേജിൽനിന്നും കേരളീയൻ പുറത്താക്കപ്പെട്ട പശ്ചാത്തലം ഇതിൽ പ്രതിപാദിക്കുന്നു. കവി കണ്ണൂരിൽനിന്നും പ്രസിദ്ധീകരിച്ച *നവജീവൻ* മാസികയെ ദേശീയതയുടെ പ്രതിഫലനമാക്കിമാറ്റുന്നതിൽ കേരളീയന്റെ

സ്വാധീനം വലുതായിരുന്നു.

നാലും അഞ്ചും ലേഖനങ്ങൾ കർഷക പ്രസ്ഥാനത്തിന്റെ വർഗ്ഗപര മായ വളർച്ചയെ ചിത്രീകരിക്കുന്നു. ഏഴാം ലേഖനവും അതിന്റെ ചരിത്ര പരമായ വികാസത്തെയാണ് രേഖപ്പെടുത്തിയിട്ടുള്ളത്. ആറാം ലേഖനം കമ്യൂണിസ്റ്റുപ്രസ്ഥാനത്തിലേക്ക് താൻ എത്തിച്ചേർന്ന വഴികളുടെ സംക്ഷി പ്തമായ ആ ചിത്രണമാണ് നല്കുന്നത്. കണ്ണൂർ ജയിലിൽ വച്ചുള്ള ആശയപരമായ മാറ്റവും കോൺഗ്രസ് സോഷ്യലിസ്റ്റ് പാർട്ടിയിലേക്കും പിന്നീട് 1939 ലെ പിണറായി പാറപ്പുറം സമ്മേളനത്തിനുശേഷം കമ്യൂ ണിസ്റ്റ് പാർട്ടിയിൽ അംഗമായതും മറ്റും കേരളീയൻ വിവരിക്കുന്നു. തികച്ചും ആത്മകഥാംശമുൾക്കൊള്ളുന്ന ഒന്നാണിത്. ഇതു വായിക്കു മ്പോൾ തന്റെ കഴിഞ്ഞ കാലജീവിതത്തെപ്പറ്റി കേരളീയൻ തന്നെ ഒരു സമ്പൂർണ്ണചിത്രം രചിച്ചുവയ്ക്കാത്തതിൽ വായനക്കാർ ദുഃഖിതരായിത്തീ രുന്നു. താൻ എന്ന വ്യക്തിത്വം ഒരു പ്രസ്ഥാനത്തിന്റെ ധാരയിൽ ഒരു ബിന്ദുമാത്രമാണെന്നും അതിനു നിസ്സാരമായ സ്ഥാനം മാത്രമാണുള്ള തെന്നും മനസ്സിലാക്കിക്കൊണ്ടായിരിക്കാം അത്തരം ഒരു രചനയിൽ കേര ളീയൻ ഏർപ്പെടാതിരുന്നതെന്ന് അദ്ദേഹവുമായി വ്യക്തിബന്ധങ്ങൾ പുലർത്തിയിരുന്ന ആരും ഓർമ്മിച്ചുപോകും. അതാകട്ടെ കേരളത്തിന്റെ വിപ്ലവപ്രസ്ഥാനങ്ങളുടെ ചരിത്രത്തിന് ഒരു ന്യൂനതയായിരുന്നുവെന്നും കാലം രേഖപ്പെടുത്തും.

ഇത്തരത്തിൽ തന്റെ ഞാറ്റുപാട്ടുകളിലൂടെയും ലേഖനങ്ങളിലൂ ടെയും കേരളീയൻ ഈ നാടിന്റെ രാഷ്ട്രീയമായ ഉദ്ബുദ്ധതയും കാർഷിക സമൂഹത്തിന്റെ പുരോഗതിയും ലക്ഷ്യമാക്കി പ്രവർത്തിച്ചു. ആ പ്രവർത്ത നങ്ങൾ ദേശീയമായ നവോത്ഥാനചിന്തകളെ പ്രചരിപ്പിക്കുകയും കേര ളീയ ഗ്രാമങ്ങളിൽ ജാതിവിരുദ്ധവും ജന്മിവിരുദ്ധവും സാമ്രാജ്യവിരുദ്ധ വുമായ പ്രസ്ഥാനങ്ങളെ വളർത്തിയെടുക്കുകയും ചെയ്തു. ആ പ്രസ്ഥാ നങ്ങളിൽ നിന്നും ഒരു പുതിയ കേരളം രൂപപ്പെട്ടു. കേരളീയന്റെ ജീവിത കഥയും അതായിരുന്നു.

7

വ്യക്തിജീവിതം ഒരു പാർശ്വവീക്ഷണം

കേരളീയന്റെ ജനനവും വളർച്ചയും ഒരു ജന്മികുടുംബത്തിലായി രുന്നു. പക്ഷേ കർഷകന്റെ ഒരു ദത്തുപുത്രനായി മാറുവാൻ അദ്ദേഹ ത്തിനു കഴിഞ്ഞു. മാർക്സ് കർഷകർ ഒരു ചാക്ക് ഉരുളക്കിഴങ്ങുപോലെ പരസ്പരം ബന്ധമില്ലാത്തവരാണെന്നു വിലയിരുത്തി. കാരണം അവ രിൽ ധനിക കർഷകരും മദ്ധ്യവർഗ്ഗ കർഷകനും, ദരിദ്ര കർഷകനും കർഷ കത്തൊഴിലാളികളും എല്ലാം ഉൾക്കൊള്ളുന്നുണ്ട്. ഓരോ വിഭാഗത്തി ന്റെയും വർഗ്ഗതാല്പര്യങ്ങൾ കാരണം അവരെ സംഘടിപ്പിക്കുക വിഷമ മേറിയ പ്രവൃത്തിയാണെന്നാണ് മാർക്സ് സൂചിപ്പിച്ചത്. എന്നാൽ കേര ളീയന്റെ ശ്രമകരമായ പ്രവർത്തനങ്ങൾ മലബാർ കർഷകസംഘം എന്ന സംഘടനയെ അധികാരികളോടും അധീശവർഗ്ഗത്തോടും കലഹിക്കുന്ന ഒന്നാക്കി രൂപാന്തരപ്പെടുത്തി. അദ്ദേഹം കേരളീയൻ എന്ന പേർ സ്വീക രിച്ചതുതന്നെ അധികാരിവർഗ്ഗത്തോടുള്ള പ്രതിഷേധമായിരുന്നു. തന്റെ ദേശീയ ബോധം അനേകം സമരങ്ങളെ സംഘടിപ്പിക്കുവാനും അവയെ വിജയത്തിലെത്തിക്കുവാനും കഴിഞ്ഞു. അതുകൊണ്ടുതന്നെ അധികാ രികൾ അദ്ദേഹത്തെ തെക്കെ മലബാറിൽ മാപ്പിളലഹള ഉണ്ടാക്കിയതു പോലെ വടക്കെ മലബാറിൽ കാർഷികകലാപമുണ്ടാക്കുകയാണെന്നപേ രിൽ സി ആർ പി സി 108-ാം വകുപ്പു പ്രകാരം പൊലീസ് അറസ്റ്റ് ചെയ്തു. ഒരു വർഷക്കാലം കോടതി ജയിൽ ശിക്ഷ വിധിച്ചു (ജി ഓ ഹോം. മദ്രാ സ്, (എം എസ്) 3104 1937 ആഗസ്ത് 9).

അഖിലേന്ത്യാ കിസാൻ സംഘത്തിന്റെ രൂപീകരണത്തിനു മുമ്പു തന്നെ 1935 ൽ നണിയൂരിലെ ജന്മിമർദ്ദനത്തിന്റെ പശ്ചാത്തലത്തിൽ സ്വയം സെക്രട്ടറി പദം ഏറ്റെടുത്തുകൊണ്ട് ഒരു കർഷക സംഘത്തിന്റെ

യൂണിറ്റ് കെട്ടിപ്പടുത്തു. അതിന്റെ പ്രസിഡന്റ് വിഷ്ണുഭാരതീയൻ ആയി രുന്നു. അതും കേരളത്തിന്റെ ചരിത്രത്തിൽ അത്യന്തം മുന്നോട്ടുപോയ ഒരു വലിയ പ്രസ്ഥാനമായി രൂപാന്തരപ്പെട്ടു.

കേരളീയന്റെ പ്രധാന പ്രവർത്തനമേഖല ചിറയ്ക്കൽ താലൂക്കി ലെയും കാസർഗോഡ് താലൂക്കിലെയും ഗ്രാമങ്ങളായിരുന്നു. ആ ഗ്രാമ ങ്ങളിൽ ജന്മിമാരുടെ തിരുവായ്ക്കെതിരായി മറുവായ് ഉണ്ടായിരുന്നില്ല. എ സി കണ്ണൻ നായർ തന്റെ ഡയറിയിൽ രേഖപ്പെടുത്തിയ ഒരു സംഭവം ഈ കിരാതസ്വഭാവം വ്യക്തമാക്കുന്നതാണ്: കല്യാട്ട് യജമാനന് ഒരവ സരം ചെങ്കണ്ണു ബാധിച്ച ഒരു കർഷകസ്ത്രീയെ പ്രാപിക്കണമെന്നു തോന്നി. "നിന്റെ കണ്ണല്ല എന്റെ ആവശ്യം" എന്നു പറഞ്ഞ് അയാൾ അവളെ കീഴടക്കി. കണ്ണിന്റെ കാഴ്ച ആ സ്ത്രീക്കു നഷ്ടപ്പെടുകയും ചെയ്തു. കോൺഗ്രസ് കമ്മറ്റി അംഗങ്ങൾ അന്വേഷണത്തിൽ അതു ശരി യാണെന്നു കണ്ടെത്തുകയും ചെയ്തു (ഡയറി 1939 ഡിസംബർ 31 പു. 100).

ഇത്തരം കാട്ടുജന്മിമാരുടെ വർഗ്ഗത്തോടായിരുന്നു കേരളീയനും സംഘവും ഏറ്റുമുട്ടിയത്. വളരെ ചെറുപ്പംമുതൽ കേരളീയനിൽ ഒരു വിപ്ലവകാരി രൂപപ്പെട്ടിരുന്നു. തറവാട്ടു വീട്ടിൽ നിന്നും മാറിനിന്നുകൊണ്ട് അച്ഛന്റെ സംരക്ഷണമില്ലാതെതന്നെ കുഞ്ഞിമംഗലത്തു തന്റെ അമ്മയ്ക്കും സഹോദരങ്ങൾക്കും അന്നത്തെ പാരമ്പര്യത്തിനു വിരുദ്ധ മായി സ്വതന്ത്രജീവിതം നയിക്കുവാനുള്ള ഒരു പദ്ധതി ബാലനായ കുഞ്ഞ പ്പനമ്പ്യാർ തയ്യാറാക്കിയിരുന്നു. മരുമക്കത്തായ ദായക്രമത്തിനെതിരെ പ്രതിഷേധിച്ചുകൊണ്ടു മക്കത്തായത്തിലേക്ക് സ്വയം മാറുന്നതായിരുന്നു ഈ പ്രവർത്തനം.

ദേശീയ പ്രസ്ഥാനത്തിന്റെ ഭാഗമായി തന്റെ പ്രവർത്തനമേഖലക ളിൽ വായനാശാല പ്രസ്ഥാനം കെട്ടിപ്പടുക്കുവാൻ അദ്ദേഹം പ്രവർത്തി ച്ചിരുന്നു. കല്യാശ്ശേരി കണ്ടേൽ അപ്പു എന്ന ചായക്കടക്കാരന്റെ പീടിക മുകളിൽ ശ്രീഹർഷൻ വായനശാലയും കണ്ണപുരത്തു ദേശപ്രിയ വായ നശാലയും ബക്കളത്ത് യുവജനവായനശാലയും കുഞ്ഞിമംഗലത്തു മണ്ടൂർ പൊതുജന വായനശാലയും ഇത്തരത്തിൽ സ്ഥാപിക്കപ്പെട്ടവയാ ണ്. വയോജനങ്ങൾക്കായി പ്രത്യേകം ക്ലാസുകളും ഈ വായനശാലക ളിൽ സംഘടിപ്പിക്കുകയുണ്ടായി. ഇത്തരം കേന്ദ്രങ്ങളിൽ സ്വയം വോളി ബോൾ കളി പ്രോത്സാഹിപ്പിച്ചു. കുട്ടികളോടൊപ്പം അദ്ദേഹം കളിയി ലേർപ്പെടുകയും ചെയ്തു.

കോഴിക്കോട്ടുനിന്നും കർഷകസംഘത്തിന്റെ പ്രവർത്തനം കല്യാ ശ്ശേരിയിലേക്ക് മാറ്റിയതു പിൽക്കാലത്ത് ആ ഗ്രാമത്തിന്റെ ഏറ്റവും വലിയ സാമൂഹ്യമാറ്റത്തിനിടവരുത്തി. ഇ കെ നായനാരെപ്പോലുള്ളവരെ ബാല സംഘത്തിലൂടെയും മറ്റും വാർത്തെടുക്കുവാൻ ഈ ഗ്രാമത്തിനു കഴിഞ്ഞു. അന്നത്തെ ഏറ്റവും രൂക്ഷമായ ഗ്രാമീണദാരിദ്ര്യത്തിലാണ്

കേരളീയനെപ്പോലുള്ളവർ പ്രവർത്തിച്ചത്. രാഷ്ട്രീയ പ്രവർത്തനം കഴി
ഞ്ഞുമടങ്ങിയെത്തുമ്പോൾ രാത്രിഭക്ഷണം ഉണ്ടാകാറില്ല. കണ്ടേൻ അപ്പു
വിന്റെ പീടികയ്ക്കടുത്തു തട്ടാന്മാർ താമസിച്ചിരുന്നു. അവർ പിറ്റേദിവ
സത്തേക്കുള്ള ജോലി ആവശ്യത്തിനു കഞ്ഞിവെള്ളം സൂക്ഷിച്ചിരിക്കും.
മടങ്ങിവരുമ്പോൾ കയ്യിൽ കരുതിയ ഒരു അരിമുറുക്കുകൂടി ഈ വെള്ള
ത്തോടൊപ്പം കഴിക്കും. ഒരിക്കൽ കടത്തുകൂലികൊടുക്കാൻ മുക്കാൽ
പൈസയില്ലാതെ യാത്ര നീട്ടിവെച്ച ഉദാഹരണവും കാണാം. കല്യാശ്ശേ
രിയിൽ ആയിരിക്കെ ഏതു രാത്രിയിലും കെ പി ആർ നിർദ്ദേശിച്ചപ്ര
കാരം അദ്ദേഹത്തിന്റെ ഭവനം ഒരാശ്രയമായി മാറി. അദ്ദേഹത്തിന്റെ അമ്മ
ഭക്ഷണവും നല്കിവന്നു.

ചിറയ്ക്കൽ താലൂക്ക് കർഷകസംഘത്തിന്റെ വാർഷികയോഗം പറ
ശ്ശിനിക്കടവിൽ വെച്ച് നടത്തിയതിന്റെ ഒരു കാരണം കേരളീയൻ വിവരി
ച്ചതിപ്രകാരമാണ്. മടപ്പുരയിലെ മുത്തപ്പൻ സ്ഥാനവും കുന്നത്തൂർ പാടി
യുടെ ഉടമയായ കരക്കാട്ടിടം നായനാർ കുടുംബവും തമ്മിൽ സുപ്രീം
കോടതിവരെ ഒരു കേസ് നടന്നിരുന്നു. മുത്തപ്പന്റെ സ്ഥാനിയായ മട
യൻ, കർഷകസംഘം ആരുടെ കൂടെയാണെന്നു കേരളീയനോടു ചോദി
ച്ചപ്പോൾ മടയന്റെ കൂടെയാണെന്ന ഉത്തരമാണ് ആ യോഗത്തിന്റെ
ആതിഥ്യം തന്നെ വഹിപ്പാൻ മടയനെ പ്രോത്സാഹിപ്പിച്ചത്. പിന്നീടു മട
യൻ എല്ലാക്കാലത്തും സംഘത്തിന്റെ അനുഭാവിയായിരുന്നു. അവിടെ
അതിഥികൾക്കു നല്കി വരുന്ന ഭക്ഷണം പ്രവർത്തകർക്ക് ഒരനുഗ്രഹ
മായിരുന്നു.

പറശ്ശിനിക്കടവ് പുഴവഴി മത്സ്യം വില്ക്കാൻ പോകുന്ന പലരും കമ്യൂ
ണിസ്റ്റു പാർട്ടിയുടെയും സംഘത്തിന്റെയും രഹസ്യരേഖകൾ മീൻ കൊട്ട
യിൽ കൊണ്ടുപോയിരുന്ന കാര്യവും കേരളീയൻ അനുസ്മരിക്കുന്നു.
കൊടക്കാട്ട് കർഷകസംഘത്തിന്റെ പ്രധാനമായ വാർഷിക യോഗം
(1939), ചീമേനിയിലെ തോലും വിറകും സമരം(1946), കാവുമ്പായി സമരം
(1946) ഇതെല്ലാം തന്നെ അത്തരം സ്ഥലങ്ങളുമായി ബന്ധപ്പെട്ടുകൊ
ണ്ടായിരുന്നു, കേരളീയൻ സംഘടിപ്പിച്ചിരുന്നത്.

ചന്ദ്രഗിരിപ്പുഴയുടെ തെക്ക് ഏറ്റവും ശക്തമായ കർഷകസംഘ പ്ര
വർത്തനങ്ങൾ നടന്നപ്പോൾ വടക്കുഭാഗത്തു തുളുസംസാരിക്കുന്ന പ്രദേ
ശങ്ങളിൽ ആ പ്രവർത്തനം വളരെ വിരളമായിരുന്നു. ഭാഷാപരമായ
വ്യത്യാസവും ആത്മാർത്ഥതയുള്ള പ്രവർത്തകരുടെ അഭാവവുമാണി
തിന്റെ കാരണം എന്നാണ് കേരളീയൻ വിലയിരുത്തുന്നത്. ഇന്നും ഈ
പ്രദേശങ്ങൾ പുരോഗമന പ്രസ്ഥാനങ്ങൾക്കു സാക്ഷ്യം വഹിക്കുന്നില്ലെ
ന്നതാണു യാഥാർത്ഥ്യം. അതായത് അവിടെ കർഷകപ്രസ്ഥാനവും
ദേശീയ പ്രസ്ഥാനവും കടന്നുചെന്നിരുന്നില്ല.

കർഷകരുടെ ദുരിതങ്ങൾ മുഴുവൻ തലവിധിയാണെന്ന വിശ്വാസ
ത്തിനെതിരായി അവരെ സംഘടിപ്പിച്ചുകൊണ്ട് അവരുടെ അവകാശങ്ങൾ

നേടിയെടുക്കാൻ സംഘത്തിന്റെ പ്രവർത്തനങ്ങൾക്കു കഴിഞ്ഞു. സാമൂ ഹ്യശാസ്ത്രപരമായ ഈ വലിയ പാഠം പഠിപ്പിക്കുന്നതിൽ കേരളീയനെ പ്പോലുള്ള ഗുരുനാഥന്മാർ വഹിച്ച പങ്ക് ഏറ്റവും വലുതാണ്.

കേരളീയന്റെ വിവാഹം നടന്നത് സ്വാതന്ത്ര്യാനന്തരമാണ്. ജീവിതം മുഴുവൻ അവിവാഹിതനായി ജീവിച്ച് രാഷ്ട്രീയസേവനം നിർവ്വഹിക്കണ മെന്നു ജയിലിൽ വെച്ച് പലരും പ്രതിജ്ഞചെയ്തിരുന്നു. സ. എം കെ കേളുവേട്ടൻ തുടങ്ങിയ പലരും ഇത്തരം പ്രതിജ്ഞ ചെയ്തവരായിരുന്നു. എന്നാൽ സ്വാതന്ത്ര്യാനന്തരം ഇ പി ഗോപാലൻ തുടങ്ങിയ പല പ്രവർത്ത കരും വിവാഹിതരായപ്പോൾ കേരളീയനും തൃശൂർക്കാരിയായ അദ്ധ്യാ പിക അമ്മിണി അമ്മയെ വിവാഹം കഴിച്ചു. കോഴിക്കോട്ടു ഗോവിന്ദപു രത്തെ ഒരു വാടകവീട്ടിലായിരുന്നു വളരെക്കാലം ആ കുടുംബം താമ സിച്ചിരുന്നത്. പിന്നീട് അതു വിലയ്ക്കുവാങ്ങി സ്വന്തമാക്കുകയുണ്ടായി. പഴയ കാല സുഹൃത്തുക്കളിൽനിന്നും കടം വാങ്ങിയാണ് അതിനു പണം സ്വരൂപിച്ചത്. ആ കടങ്ങൾ മുഴുവൻ കൃത്യസമയത്തിനു മുമ്പുതന്നെ കൊടുത്തുതീർക്കുകയും ചെയ്തു.

വ്യക്തിബന്ധങ്ങളെയും സുഹൃത്ത് ബന്ധങ്ങളെയും ഏറ്റവുമധികം അദ്ദേഹം മാനിച്ചിരുന്നു. അദ്ദേഹം ഒളിവിൽക്കഴിഞ്ഞ പല വീടുകളി ലേയും ക്ഷേമകാര്യങ്ങൾ പിന്നീടു സുഹൃത്തുക്കളോടും എഴുത്തുകൾ വഴിയും അന്വേഷിക്കുക പതിവാക്കിയിരുന്നു. അവസാനഘട്ടത്തിൽ യാത്ര ചെയ്യുവാനും സുഹൃത്തുക്കളെ സന്ദർശിക്കുവാനും കഴിഞ്ഞിരുന്നില്ല. പല സുഹൃത്തുക്കളും കോഴിക്കോട്ടുള്ള അദ്ദേഹത്തിന്റെ ഭവനത്തിൽ സന്ദർശ കരായി എത്തുമായിരുന്നു.

ലാളിത്യവും വശ്യമായ പുഞ്ചിരിയും കേരളീയന്റെ മുഖമുദ്രയായി രുന്നു. അദ്ദേഹത്തിന്റെ പ്രസംഗങ്ങൾ വാചാടോപമില്ലാതെ ഹൃദയത്തി ലേക്കു കടക്കുന്ന സംഭാഷണങ്ങളായിരുന്നു. ഒരിക്കലും അധികാരത്തിന്റെ പിന്നാലെ പോകാതെ ഒരു യഥാർത്ഥ കമ്മ്യൂണിസ്റ്റുകാരനായി ജനങ്ങൾക്കി ടയിൽ പ്രവർത്തിക്കുവാനാണ് അദ്ദേഹം ആഗ്രഹിച്ചിരുന്നത്. ഒരിക്കൽ അദ്ദേഹം മദ്രാസ് അസംബ്ലിയുടെ ഒരു കമ്മറ്റി മുമ്പാകെ കടന്നുചെന്നത് തെളിവു നല്കാൻ വേണ്ടി സംഘത്തിന്റെ പ്രതിനിധിയായിട്ടായിരുന്നു. വേണമെങ്കിൽ ഒരു എം എൽ എ ആയി അദ്ദേഹത്തിനു പോകുവാൻ കഴിയുന്നതായിരുന്നു.

വാർദ്ധക്യത്തിലും തന്റെ പഴയകാല പ്രവർത്തകരെ അനുസ്മരി ക്കുന്ന ചില എഴുത്തുകൾ കണ്ടെത്തുവാൻ കഴിഞ്ഞിട്ടുണ്ട്. അതെല്ലാം തന്നെ ഒരു കമ്യൂണിസ്റ്റുകാരൻ എന്തായിരിക്കണം എന്നുള്ളതിന്റെ തെളി വുകളാണ്. ചില എഴുത്തുകൾ പഴയ സുഹൃത്തുക്കളുടെ പെൺകുട്ടി കൾക്ക് അത്തരത്തിലുള്ള പഴയ സുഹൃത്തുക്കളുടെ പുത്രന്മാരെ വര ന്മാരായിക്കണ്ടെത്തുവാൻ കൂടി അദ്ദേഹം നല്കുന്ന ഉപദേശങ്ങളാണ്. ഇത് ഒരു മനുഷ്യസ്നേഹിയുടെ ഹൃദയവിശാലതയെ കാണിച്ചുതരുന്നു.

കേരളീയന്റെ പേരിൽ അദ്ദേഹത്തിന്റെ ലളിതമായ ജീവിതംപോലെ

വൻകെട്ടിടങ്ങളും പ്രസ്ഥാനങ്ങളും ഒന്നുമില്ല. എങ്കിലും 1995 ൽ കെ മാധ
വൻ, കെ പി ആർ രയരപ്പൻ തുടങ്ങിയവർ നേതൃത്വംകൊടുത്തു കോഴി
ക്കോട്ട് ഒരു സ്മാരകസമിതി പ്രവർത്തിക്കുന്നു. സെക്രട്ടറിയായി
പ്രവർത്തിച്ചത് മമ്മൂട്ടിയായിരുന്നു. ആ സമിതിയിലേക്ക് ഈ ലേഖകനും
തെരഞ്ഞെടുക്കപ്പെട്ടു. സമിതി അദ്ദേഹത്തിന്റെ ചരമദിനത്തോടനുബ
ന്ധിച്ച് കേരളത്തിന്റെ വിവിധ ഭാഗങ്ങളിൽ കാർഷികബന്ധങ്ങളെയും ഭൂപ
രിഷ്കരണത്തെയും പറ്റി സെമിനാറുകളും അനുസ്മരണസമ്മേളനങ്ങളും
നടത്തുകയുണ്ടായി. ജസ്റ്റിസ് വി ആർ കൃഷ്ണയ്യർ, ഐ വി ദാസ്, കെ
ചന്ദ്രപ്പൻ, പി മോഹൻദാസ് തുടങ്ങിയ പലരും ഈ സെമിനാറുകളിൽ
പങ്കെടുത്തു. അദ്ദേഹത്തിന്റെ ലേഖനങ്ങളുടെ രണ്ടുപതിപ്പുകൾ *കേരളീ
യൻ ഒരു വാമൊഴി ചരിത്രം, വയനാട്ടിലെ ആദിവാസികളുടെ ഭൂപ്രശ്നം*
എന്നിവ പ്രസിദ്ധീകരിക്കുകയും ചെയ്തിട്ടുണ്ട്. മലബാർ ഇൻസ്റ്റിറ്റ്യൂട്ട്
ഫോർ റിസർച്ച് ആന്റ് ഡവലപ്മെന്റ്, മൗലാനാ ആസാദ് ഇൻസ്റ്റിറ്റ്യൂട്ട്
ഫോർ ഏഷ്യൻ സ്റ്റഡീസ്, ഇന്ത്യൻ കൗൺസിൽ ഫോർ ഹിസ്റ്റോറിക്കൽ
റിസർച്ച് തുടങ്ങിയ ഗവേഷണ സ്ഥാപനങ്ങളുമായി ബന്ധപ്പെട്ടു പല
സമകാലിക വിഷയങ്ങളിൽ സെമിനാറുകളും സംഘടിപ്പിക്കുകയുണ്ടാ
യി. ചില സെമിനാർ പ്രബന്ധങ്ങളുടെ പ്രസിദ്ധീകരണവും നിർവ്വഹിച്ചി
ട്ടുണ്ട്. ഇത്തരം ഒരു പ്രസ്ഥാനം കേരളീയന്റെ സ്മരണ നിലനിർത്തുന്ന
തിന്റെ ഉചിതമായ പ്രവർത്തനങ്ങളാണെന്നും പറയട്ടെ.

കാലിക്കറ്റ് സർവ്വകലാശാലയിലെ ചരിത്രവകുപ്പിൽ പ്രവർത്തിച്ചി
രുന്ന അസോസിയേഷൻ ഫോർ പെസന്റ് സ്റ്റഡീസ് 1990 ൽ കേരളീ
യനെ ആദരിക്കുകയും പ്രസ്ഥാനത്തിന്റെ ഒരു സെമിനാർ നടത്തിയതും
ഇവിടെ പ്രത്യേകം അനുസ്മരിക്കട്ടെ. പെസന്റ് സ്റ്റഡീസിന്റെ ആദ്യ
പുസ്തകമായി *സി വി കുഞ്ഞിക്കണ്ണൻ മെൻ ഇഫോട്ട് ഫോർ ഫ്രീഡം*
എന്ന സീരീസിൽ ആദ്യത്തെതായി കേരളീയനെപ്പറ്റി ഒരു ഗ്രന്ഥം പ്രസി
ദ്ധീകരിക്കുകയും ചെയ്തിരുന്നു. ഇതെല്ലാം അദ്ദേഹത്തിനു ജീവിച്ചിരിക്കെ
നല്കിയ ഏറ്റവും വലിയ അക്കാദമിക ആദരവായിരുന്നു. കോഴിക്കോട്ടു
വെച്ച് 1994 ജൂലായ് 9 ന് ആ ജീവിതം വാർദ്ധക്യസഹജമായ രോഗങ്ങൾ
കാരണം പൊലിഞ്ഞുപോയപ്പോൾ ഇന്ത്യൻ സ്വാതന്ത്ര്യസമരത്തിലെ
ഗാന്ധിയൻ കാലഘട്ടത്തിലെ സമുന്നതനായ ഒരു സാരഥിയുടെ ജീവി
തമാണ് അവസാനിച്ചത്.

മലബാറിന്റെ ഓരോ ഗ്രാമത്തിലും സംഘടനാപരമായ പ്രവർത്തന
ങ്ങൾക്ക് അദ്ദേഹം നേരിട്ടു സഞ്ചരിച്ചിരുന്നു. ഹരിപുര തുടങ്ങിയ
കോൺഗ്രസിന്റെ (1938 ഫെബ്രുവരി 10 മുതൽ) യും നേത്രമൊണ്ട തുട
ങ്ങിയ (1945 ഏപ്രിൽ) കർഷകരുടെയും അഖിലേന്ത്യാ സമ്മേളനങ്ങളിൽ
പങ്കെടുത്ത അദ്ദേഹത്തിന്റെ അനുഭവങ്ങൾ ഇത്തരം പ്രസ്ഥാനങ്ങൾക്കു
പയോഗപ്പെടുത്തുകയും ചെയ്തു. നണിയൂർ ഗ്രാമത്തിന്റെ കാർഷിക
കടം സംബന്ധിച്ച് അദ്ദേഹം ഉണ്ടാക്കിയ പഠന റിപ്പോർട്ട് അത്യന്തം പ്രധാ

ന്യമുള്ള ഒരു ചരിത്രരേഖയാണ്.

ആത്യന്തികമായ ഒരു വിശകലനം ആ ജീവിതം രാഷ്ട്രത്തിനും സാമൂ ഹ്യമാറ്റത്തിനും വേണ്ടി സമർപ്പിക്കപ്പെട്ട ഒന്നായിരുന്നുവെന്നു വെളിപ്പെ ടുത്തുന്നു. നൂറുനൂറു ഗ്രാമങ്ങളിൽ ഒരു പ്രസ്ഥാനത്തിന്റെ ആയിരമായിരം പടയാളികളെ ഈ കർമ്മയോഗിക്കു വാർത്തെടുക്കുവാൻ കഴിഞ്ഞു. ഇന്ത്യാചരിത്രത്തിന് ഒരു പുതിയ തുടക്കംകുറിച്ചവർ അവരായിരുന്നു. ഇനിയും വളരെ ദൂരം സഞ്ചരിക്കേണ്ട നമ്മൾക്ക് ഇത്തരം ദീപശിഖകൾ പ്രകാശധാര ചൊരിയുമാറാകട്ടെ.

8

സഹപ്രവർത്തകർ അനുസ്മരിക്കുന്നു

ഒരു കാലഘട്ടത്തിന്റെ സജീവമായ രാഷ്ട്രീയപ്രവർത്തനങ്ങളുടെ ഭാഗമായ ഒരു വ്യക്തിത്വത്തെ വളരെ വർഷങ്ങൾക്കുശേഷം അത്തരം പ്രവർത്തനങ്ങളുമായി ബന്ധമില്ലാത്ത ഒരു വ്യക്തി വിലയിരുത്തുമ്പോൾ പല തെറ്റുകളും സംഭവ്യമാണ്. പ്രത്യേകിച്ചും ആ വ്യക്തിയുടെ ചരിത്ര സംഭവങ്ങളിലെ ഇടപെടലുകൾ രേഖപ്പെടുത്താതിരിക്കുമ്പോൾ ഈ തെറ്റു കൾ കൂടുതൽ ഗുരുതരമാകുന്നു. എന്നാൽ അദ്ദേഹത്തിന്റെ സമരപ്ര വർത്തകരുടെ വിലയിരുത്തലുകൾ കുറേക്കൂടി സത്യസന്ധമായി ഉപ യോഗപ്പെടുത്താൻ കഴിയുന്നതാണ്. ഇവിടെയാണ് വാമൊഴി ചരിത്രത്തെ ഒരു രേഖയെന്ന നിലയിൽ ഉപയോഗപ്പെടുത്തുന്നതിന്റെ പ്രാധാന്യം വ്യക്തമാകുന്നത്.

കേരളീയനെ സംബന്ധിച്ച് അദ്ദേഹത്തിന്റെ സഹപ്രവർത്തകരുടെ സ്മരണകൾ ഒരു വാമൊഴി ചരിത്രമായി കേരളീയൻ സ്മാരകസമിതി 2004 ജൂലായിൽ അനിൽമാരാത്ത് എഡിറ്റു ചെയ്തു പ്രസിദ്ധീകരിച്ചിരുന്നു. അന്ന് അതിന്റെ അവതാരികയിൽ ഈ ലേഖകൻ ഊന്നിക്കാട്ടിയ ഒരു വസ്തുത ഇവിടെയും പ്രസക്തമാണ്. അത് ഈ വിഷയത്തിലെ ആധി കാരിക പണ്ഡിതനായ പോൾ തോംപ്സന്റെ വാക്കുകളാണ്. അദ്ദേഹ മെഴുതി.

ജനങ്ങൾക്കു ചുറ്റും സൃഷ്ടിക്കപ്പെട്ട ചരിത്രമാണ് വാമൊഴി ചരിത്രം. അതു ചരിത്രത്തിൽ ജീവിതത്തെ സ്വയം അടിച്ചേല്പിക്കുകയും അതിന്റെ മാനം വിപുലമാക്കുകയും ചെയ്യുന്നു. അത് നായകന്മാരെ നേതാക്കന്മാരിൽനിന്നു മാത്രമല്ല, ഭൂരിപക്ഷം ജനവിഭാഗത്തിൽ നിന്നും കടന്നുവരാൻ അനുവദിക്കുന്നു... അതു ചരിത്രത്തെ സമൂഹത്തിലേക്കും സമൂഹത്തിന്റെ പുറത്തേക്കും കൊണ്ടുപോ

കുന്നു. താരതമ്യേന ആനുകൂല്യമില്ലാത്തവരെ, പ്രത്യേകിച്ചും വൃദ്ധരെ അതുസഹായിക്കുന്നു. അവർക്കു മാന്യതയും ആത്മവി ശ്വാസവും അതുളവാക്കുന്നു. ചരിത്രത്തിന്റെ അംഗീകരിക്കപ്പെട്ട മിത്തുകൾക്ക് അതൊരു വെല്ലുവിളിയാണ്. കൂടാതെ പാരമ്പര്യ ത്തിന്റെ ഏകാധിപത്യപരമായ വിധിക്കെതിരും. ചരിത്രത്തിന്റെ സാമൂഹ്യപരമായ അർത്ഥത്തെ അത് തീവ്രമായ മാറ്റങ്ങൾക്ക് വിധേയമാക്കാൻ സഹായിക്കുന്നു.

അനേകം പേർ ഈ ഗ്രന്ഥത്തിൽ നല്കിയ വാങ്മയചിത്രങ്ങളിൽ നിന്നും കേരളീയനെന്ന ദേശാഭിമാനിയുടെ വ്യക്തിത്വം കണ്ടെത്തുവാ നുള്ള എളിയശ്രമാണ് ഇവിടെ നടത്തുന്നത്. നിങ്ങളുടെ മൊഴികൾ നിങ്ങളെ വിസ്മൃതിയിൽനിന്നും രക്ഷിക്കുന്നുവെന്നു പറയുന്നതുപോലെ ആ വ്യക്തിത്വങ്ങളെയും കേരളീയനിലൂടെ നമുക്ക് അനുസ്മരിക്കുവാൻ കഴിയുന്നു. അവർ കേരളീയനെ അനുസ്മരിച്ചുകൊണ്ട് വീണ്ടും മുന്നി ലേക്ക് കടന്നുവരുന്നു.

സ്വാതന്ത്ര്യസമരസേനാനി, കമ്മ്യൂണിസ്റ്റ് വിപ്ലവകാരി, സാമൂഹ്യപ രിഷ്കർത്താവ്, കർഷകപ്രസ്ഥാനസാരഥി, തുടങ്ങിയ നിരവധി മേഖലകളാൽ അദ്ദേഹത്തിന്റെ സംഭാവനകൾ നിസ്തുലങ്ങളാ ണ്. കേരളത്തിന്റെ കാർഷികമേഖലയിൽ വമ്പിച്ച പരിവർത്തന ങ്ങൾ നടന്നുകഴിഞ്ഞു. ജന്മിത്തം കുഴിച്ചുമൂടപ്പെട്ടു. ലക്ഷോപ ലക്ഷം പാവപ്പെട്ട കൃഷിക്കാർ സ്വന്തമായി പണിയെടുക്കുന്ന ഭൂമി യുടെ ഉടമകളായി. അഭൂതപൂർവ്വമായ ഈ മാറ്റത്തിന്റെ ചരിത്രം എഴുതുമ്പോൾ കേരളീയന്റെ ചരിത്രം അതിന്റെ അവിഭാജ്യഭാഗ മായി അനുസ്മരിക്കപ്പെടും. **പൊതുപ്രവർത്തകനായ ഒരു കമ്മ്യൂ ണിസ്റ്റുകാരൻ എങ്ങനെ ജീവിക്കണമെന്നു മനസ്സിലാക്കാൻ സ. കേരളീയന്റെ ജീവിതം പഠിച്ചാൽ മതി** (ബോൾഡ് ചെയ്തിരി ക്കുന്ന ഭാഗം കൂട്ടിച്ചേർത്തത് പി കെ വാസുദേവൻ നായർ, പു. 13).

കേരളീയന്റെ വാത്സല്യഭരിതവും മധുരോദാരവും ആയ പെരുമാ റ്റവും സദാ പുഞ്ചിരി തത്തിക്കളിക്കുന്ന മുഖവും വടക്കേ മലബാ റിലെ കർഷകശൈലിയിലുള്ള സംഭാഷണവും എന്നെ അദ്ദേഹ വുമായി അടുപ്പിച്ചു. ചെറുപ്പക്കാരുടെ വാസനയും വൈഭവവും കണ്ടറിഞ്ഞു പ്രോത്സാഹിപ്പിക്കാനുള്ള നിരീക്ഷണപാടവവും സംഘടനാസാമർത്ഥ്യവും കേരളീയനനുണ്ടായിരുന്നു. വിപുലമായ സാഹിത്യപരിചയവും പദപ്രയോഗചാതുരിയും ഉണ്ടായിരുന്നെ ങ്കിലും കേരളീയന്റെ ലേഖനങ്ങളും പ്രസംഗങ്ങളും അനഭ്യ സ്തരോ അല്പാഭ്യസ്തരോ ആയ ഗ്രാമീണ കർഷകനോടു സംഭാ ഷണം ചെയ്യുന്ന രീതിയിലായിരുന്നു. ഉരുക്കുപോലെ ഉറച്ചു വിപ്ല

വത്തിൽ വെണ്ണപോലെ സന്ദിഗ്ദ്ധമായ മനുഷ്യപ്പറ്റ് അതായിരുന്നു കേരളീയൻ. അനേകം കർഷകനേതാക്കളെക്കൊണ്ടു സമ്പന്ന മാണ് കേരളചരിത്രം. വിഷ്ണുഭാരതീയൻ, എ വി കുഞ്ഞമ്പു, വി വി കുഞ്ഞമ്പു, സി എച്ച് കണാരൻ, പരിയാരം കിട്ടേട്ടൻ, കെ പി ആർ, എന്നിങ്ങനെ നീണ്ടുപോകുന്നു. പക്ഷേ, അവരിൽ നിന്നെല്ലാം വ്യത്യസ്തനും, ആബാലവൃദ്ധാ കർഷകരുടെ ഹൃദയം കവർന്ന വീരവിപ്ലവകാരിയും ആയിരുന്നു കെ എ കേരളീയൻ (പി ഗോവി ന്ദപിള്ള പു. 16-17).

കേരളീയൻ എന്റെ മുമ്പിൽ മൂന്നു നിബന്ധനകൾവെച്ചു: വീടു മായി ബന്ധം പാടില്ല, സ്വത്തു പാടില്ല, വിവാഹം കഴിക്കരുത്. കർഷകരുടെ കുടിലിൽ ചെന്നാൽ ഇളനീർ കുടിക്കരുത്. കഞ്ഞിവെള്ളം ചോദിച്ചുവാങ്ങി കുടിക്കണം. (കെ മാധവൻ, പു. 20)

ഇവിടെയൊരു വായനശാല തുടങ്ങണം (കല്യാശ്ശേരി). വായന ശാല തുടങ്ങി. എ കെ ജി ഉദ്ഘാടനം ചെയ്തു. രയരപ്പനെ സെക്ര ട്ടറിയാക്കി. കർഷകസംഘം ക്ലാസുകൾ സംഘടിപ്പിച്ചു. ആരോടും പരിഭവവും പരാതിയുമില്ലാത്ത വ്യക്തിയായിരുന്നു കേരളീയൻ. പച്ച അരിയും പാലും പഞ്ചസാരയും ആയിരുന്നു പലപ്പോഴും ഭക്ഷ ണം. ഭക്ഷണംപോലും ലഭിക്കാതെ പ്രവർത്തിച്ച നാളുകൾ നിര വധിയായിരുന്നു. അതുകൊണ്ടുതന്നെ കേരളീയന് ഒരുനേരമെ ങ്കിലും ഭക്ഷണം നല്കണമെന്നു കെ പി ആർ ഗോപാലൻ പറ ഞ്ഞിരുന്നു. രാത്രി എവിടെയെങ്കിലും ചുരുണ്ടുകൂടും. ജയിലിൽ വെച്ച് മരിച്ച ശ്രീഹർഷന്റെ പേരിൽ ഒരു വായനശാലയുണ്ടാക്കി. ഇന്നു കൃഷ്ണപിള്ളയുടെ പേരിൽ ആണ് അറിയപ്പെടുന്നത്. (കെ പി ആർ രയരപ്പൻ പു. 22).

ഇന്നു കാണുന്ന മണ്ടൂർ പൊതുജനവായനശാല സ്ഥാപിച്ചത് കേര ളീയനാണ്. സ്ഥലം കമ്പിയൻ വളപ്പിൽ ഗോപിനായരെ കണ്ടു സമ്മതിപ്പിച്ചു ദാനമായി വാങ്ങി. സ്ഥലം റോഡരികിൽ അനുവദി ക്കുകയായിരുന്നു. വായനശാലയെക്കൂടി മുതലാളിമാർ ഭയപ്പെട്ടു (പി വി അപ്പുക്കുട്ടി. പു. 29).

കേരളീയൻ ഗോവിന്ദപുരത്ത് താമസിച്ച വീടും പറമ്പും വിലയ്ക്കു വാങ്ങാനായി ശ്രമം തുടങ്ങി. അടുത്ത സഖാക്കളോടു പണം വാങ്ങി ക്കൊടുത്തു രജിസ്റ്റർ ചെയ്യിപ്പിച്ചു. കെ വി രാമൻ കൊടുത്ത മുഴു വൻ സംഖ്യയും എന്നെ ഏല്പിച്ചു, അവധിക്കു തന്നെ കൊടു ക്കാൻ. ഞാൻ ഒപ്പിച്ചുകൊടുത്ത സംഖയും അവധിക്കു മുമ്പുതന്നെ മടക്കിയേല്പിച്ചു. (വി വി നാരായണൻ, പു, 30-1)

വിനയത്തോടും ബഹുമാനത്തോടും പെരുമാറുക. എങ്കിൽ മാത്രമേ നമ്മുടെ പ്രശ്നങ്ങൾ അവരെ പറഞ്ഞുമനസ്സിലാക്കിക്കുവാൻ

കഴിയൂ (കെ പി കുഞ്ഞിക്കണ്ണൻ പു. 33).

തികഞ്ഞ യുക്തിവാദി കൂടിയായിരുന്ന അദ്ദേഹം എല്ലാ പ്രലോഭ നങ്ങൾക്കും പദവികൾക്കും എതിരായിരുന്നു. രണ്ടുതവണ സോവി യറ്റ് റഷ്യ സന്ദർശിക്കാൻ അവസരം ലഭിച്ചിട്ടും അത് ഉപേക്ഷിച്ച വ്യക്തിയായിരുന്നു കേരളീയൻ (ഡോ. ആനന്ദ്, പു.37).

സ്ഥിരമായി ബീഡി വലിക്കുന്ന സ്വഭാവം കേരളീയനുണ്ടായിരു ന്നു (യു സി കുഞ്ഞിനാരായണൻ നമ്പ്യാർ പു. 46).

കാവുമ്പായിയിൽ കർഷകസംഘം സ്ഥാപിക്കാൻ കാരണം കേര ളീയനും ഭാരതീയനുമായിരുന്നു. ഒരിക്കൽ ടി സി നാരായണൻ നമ്പ്യാരെ കാണാൻ കാട്ടാമ്പള്ളി കടവ് കടന്ന് അക്കരെ പോകണം. എന്നാൽ കടത്തു കൂലിക്കുള്ള മുക്കാൽ പൈസപോലും ഇല്ലായി രുന്നു കേരളീയന്റെ കയ്യിൽ (ഇ കെ നാരായണൻ നമ്പ്യാർ, സേലം ജയിൽ. രക്തസാക്ഷി തളിയിൽ രാമൻ നമ്പ്യാർ മകൻ പു.49).

അദ്ദേഹം തുടരുന്നു.

പിറ്റേദിവസം രാമേട്ടൻ 5 ക വെച്ചുനീട്ടിയപ്പോൾ അതു വേണ്ട എന്നും ഒരു രൂപ നീട്ടിയപ്പോൾ അതും വേണ്ടായെന്ന് പറഞ്ഞു. ലഭരണ നിർബന്ധിച്ചു പിടിപ്പിച്ചു. (പു. 49)

നല്ലൊരു വോളിബോൾ കളിക്കാരനും സ്പോർട്സ് പ്രേമിയും ആയിരുന്നു കേരളീയൻ. പരിപാടിയൊക്കെ കഴിഞ്ഞുവന്നാൽ വായനശാലയിൽ എത്തുകയും കുട്ടികളെയും കൂട്ടി കളിക്കാൻ പോവുകയും ചെയ്യുമായിരുന്നു. അധികാരരാഷ്ട്രീയത്തിൽ തീരെ താല്പര്യമില്ലായിരുന്നു. പല അവസരങ്ങൾ കിട്ടിയപ്പോഴും നിഷേ ധിച്ചിരുന്നു (എം പി നാരായണൻ നമ്പ്യാർ, പു 54).

മദ്രാസ് ഗൂഢാലോചനക്കേസിൽ പ്രതിയായിരുന്ന കേരളീയൻ 1939 ൽ നണിയൂരിലെ എന്റെ വീടായ ഇല്ലത്തു വീട്ടിൽ 6 മാസം ഒളിവിൽ കഴിഞ്ഞിട്ടുണ്ട്. കുടുംബത്തിലെ ഒരംഗംപോലെയായിരുന്നു പെരു മാറിയിരുന്നത് (ഇ കുഞ്ഞിരാമൻ നായർ പു. 55).

കേരളത്തിലെ കർഷകപ്രസ്ഥാനം കണ്ട ഏറ്റവും മഹാനായ നേതാക്കന്മാരിലൊരാളായിരുന്നു കേരളീയൻ. കൃഷിക്കാരെ ഇത്ര യധികം സ്നേഹിച്ച മറ്റൊരു നേതാവില്ല. കൃഷിക്കാരുടെ സ്നേഹ ബഹുമാനങ്ങൾ പിടിച്ചുപറ്റിയതിലും അദ്ദേഹത്തോടു കിടപിടി ക്കാൻ പറ്റുന്ന ആരുമില്ല (പെരുമ്പള്ള ഇ കൃഷ്ണൻ മാസ്റ്റർ, പു. 57).

പത്രപ്രവർത്തകരായ ചെറുപ്പക്കാരോടു കേരളീയൻ പറയുക മുള്ളിക്കോടൻ രാമനെ മനസ്സിൽ കാണുക എന്നായിരുന്നു (ശൈ ലിയും ഭാഷയും അവനു മനസ്സിലാകണം). എം പി അച്യുതൻ, പു. 61.

ഹൃദയത്തിന്റെ ആഴത്തിൽ അമൂല്യ സമ്പാദ്യമായി സൂക്ഷിക്കാൻ സ്നേഹസാന്ദ്രമായ ഒരു വാക്കോ ഒരു നോട്ടമോ തലോടലോ കേര ളീയനിൽനിന്നും അയാൾക്കു ലഭിച്ചിരിക്കും (ബിനോയ് വിശ്വം. പു. 66).

സ്വയം കാര്യങ്ങൾ പറയുക എന്നതിനേക്കാൾ ഏറെ മറ്റുള്ള വരെക്കൊണ്ടു പറയിക്കുക എന്നതിലായിരുന്നു അദ്ദേഹത്തിന്റെ താല്പര്യം (ഐ വി ശശാങ്കൻ, പു. 69).

ആ പ്രദേശങ്ങളിൽ പോയാൽ ഇന്നും എന്റെ നാടോടിപ്പാട്ടുകൾ പാടുന്നവരുണ്ടാകും (വള്ളിക്കാവിൽ മോഹൻ ദാസ്, പു. 76).

ഒരു നോവൽ തയ്യാറാക്കി അയയ്ക്കണം എന്നു കേരളീയൻ ആവ ശ്യപ്പെട്ടപ്രകാരമാണ് *ഇരുണ്ടപകലുകൾ* എന്ന ആദ്യനോവൽ. അതു 1968 ൽ സാഹിത്യ പ്രവർത്തകസഹകരണസംഘം *വനദേ വത* എന്ന പേരിൽ പ്രസിദ്ധീകരിച്ചു (ഇയ്യങ്കോടു ശ്രീധരൻ, പു. 78).

കേരളീയന്റെ എളിയ ജീവിതവും ഉയർന്ന ചിന്തയും പുതിയ തല മുറയ്ക്കു പകർത്താൻ കഴിയേണ്ടതാണ് (ടി വി ബാലൻ പു. 84).

രണ്ടുതരം കമ്യൂണിസ്റ്റുകാരുണ്ടെന്നു അദ്ദേഹം എപ്പോഴും പറയും. ഒന്നു കസാല കമ്യൂണിസ്റ്റുകാരാണ്. ഇടവഴി കമ്യൂണിസ്റ്റുകാരാണ് രണ്ടാമത്തെ കൂട്ടർ. ആദ്യത്തേതു കുറച്ചുപേർ. രണ്ടാമത്തെ കൂട്ട രാണ് അധികം. കസാലക്കാർക്കു ജനങ്ങളുമായി ബന്ധമില്ല (ആണ്ടൂർ പ്രഭാകർ. പു. 95).

പ്രത്യേകിച്ച് സി പി ഐ, സി പി ഐ (എം) ബന്ധം മെച്ചപ്പെട്ട തിൽ അദ്ദേഹം സന്തുഷ്ടനായിരുന്നു (ഐ വാസുദേവൻ, പു. 98).

കേരളീയനു പകരം മറ്റൊരു കേരളീയൻ നമുക്കില്ല (എ വാസു പു. 99).

പാർലിമന്റിലേക്ക് മത്സരിക്കാൻ പാർട്ടി രൂപപ്പെട്ടു. കുട്ടികളെ പാർല മെന്റിലേക്കയക്കാം എന്നായിരുന്നു പ്രതികരണം (വി വി പി നമ്പ്യാർ. പു. 103).

ഈ സ്മരണകളെല്ലാം തന്നെ അവയുടെ രൂപവും ഭാവവുംകൊണ്ട് അതുല്യനായ ഒരു ദേശീയവാദിയുടെ, കർഷകസംഘാടകന്റെ, അതി ലെല്ലാമുപരി ഒരു കമ്യൂണിസ്റ്റുകാരന്റെ ജീവിതചിത്രം കോതിയിട്ടിരിക്കു കയാണ്. എന്നാൽ ഈ നഖചിത്രങ്ങളൊന്നും തന്നെ മലബാറിലെ കർഷ കപ്രസ്ഥാനത്തിന്റെ സാരഥിയായ അദ്ദേഹത്തിന്റെ ജീവിതചിത്രം സമ ഗ്രമായി പ്രതിപാദിക്കുന്നില്ല. ഈ വാമൊഴി ചരിത്രരചനയിൽ പങ്കെടുത്ത മറ്റു പല പ്രമുഖവ്യക്തികളായ സി പി ബാലൻ വൈദ്യർ, ഈയ്യങ്കോട്ടു ശ്രീധരൻ, മണിയൂർ ബാലൻ, ടി വി കെ, പ്രൊഫ. പി ശ്രീധരൻ, മകൻ

കെ നീനി, തുടങ്ങിയവരുടെ ഉദ്ധരണികൾ ഉൾക്കൊള്ളിച്ചിട്ടില്ലെന്നു മാത്രം. ഈ ലേഖകൻ തന്നെ എഴുതിയ അവതാരികയിൽ ഇപ്രകാരം സൂചി പ്പിച്ചു. വിഭിന്ന ജാതി മതവിഭാഗങ്ങളിലായി പലവിധ ശ്രേണികളാൽ ജീവി ച്ചുവരുന്ന കർഷക സമൂഹത്തെ കൊളോണിയൽ വിരുദ്ധ ഫ്യൂഡൽ വിരുദ്ധ ജാതിവിരുദ്ധ, ഏകീകൃത സംഘടനയായ ഒരു പ്രസ്ഥാനത്തിന്റെ ഭാഗമാക്കി മാറ്റുന്ന ശ്രമകരമായ കർത്തവ്യമാണ് അദ്ദേഹം സ്വയം ഏറ്റെ ടുത്ത്. വേണമെങ്കിൽ ഒഴിവാക്കാവുന്ന ഒരു കർത്തവ്യം. പക്ഷേ, പലരും അതൊഴിവാക്കിയില്ലെന്നു മാത്രമല്ല, കയ്യൂർ സഖാക്കളെപ്പോലെ ആത്മ ത്യാഗത്തിന്റേതായ ഒരു വഴിയിൽ ജീവിതയാത്ര തുടരുകയാണുണ്ടായ ത്. അതാകട്ടെ സ്ഥാനത്തിനോ ലാഭത്തിനോ വേണ്ടി മോഹിച്ചുകൊ ണ്ടുള്ള ഒരു യാത്രയായിരുന്നില്ല താനും. അത്രയും വൈകാരികമായ ഒരു പ്രചോദനത്തിൽനിന്നുള്ള യാത്ര.

കേരളീയന്റെ പത്താം ചരമവാർഷികദിനത്തിൽ ഇത്തരം ഒരു വാമൊഴി ചരിത്രം പ്രസിദ്ധീകരിച്ച സമിതി സെക്രട്ടറി എൻ സി മമ്മു ട്ടിക്കും കേരളീയനെപ്പറ്റിയുള്ള അദ്ദേഹത്തിന്റേതായ സ്മരണകൾ ഉണ്ടാ യിരുന്നുവെന്നു പറയട്ടെ. ഉത്തരകേരളത്തിന്റെ അനേകം കുഗ്രാമങ്ങളി ലൂടെ ഒരു പ്രസ്ഥാനത്തിന്റെ തേരുരുളുകളുരുട്ടി ആ ജീവിതം കടന്നു പോയപ്പോൾ അത് ദേശീയ പ്രസ്ഥാനത്തിന്റെ ഒരു ജീവിത ചിത്രമായി ഇന്നും ആ ഗ്രാമാന്തരങ്ങളിൽ ജീവിക്കുന്നു. അതാകട്ടെ ഒരു വിജിഗീഷു വിന്റെ കഥയാണുതാനും.

ജീവിത രേഖ

കടയപ്രറത്ത് കുഞ്ഞപ്പനമ്പ്യാർ. ജനനം: 1910 ഏപ്രിൽ 15, മുൻ ചിറയ്ക്കൽ താലൂക്കിലെ ചെറുതാഴം അംഗം.

അച്ഛൻ: വാരിക്കരപ്പടിഞ്ഞാറെ വീട്ടിൽ കുഞ്ഞിരാമൻ നായനാർ, കുഞ്ഞിമംഗലം അധികാരി. അമ്മ: കടയപ്രത്ത് പാർവ്വതിയമ്മ.

വിദ്യാഭ്യാസം: കുഞ്ഞിമംഗലം ബോർഡ് സ്കൂൾ, അഞ്ചാംതരം പെര ളശ്ശേരി എലിമെന്ററി സ്കൂൾ, അവിടെ അദ്ധ്യാപകനായിരുന്ന എ കെ ജി രാഷ്ട്രീയ ഗുരുനാഥൻ. തഞ്ചാവൂരിലെ തിരുവമ്പാടി (തിരുവയ്യാർ) സംസ്കൃതകോളേജിൽ പഠനം. കാഞ്ഞങ്ങാട്ടു, വിജ്ഞാനദായിനി സ്കൂൾ പഠനം.

രാഷ്ട്രീയപ്രവർത്തനം: പയ്യന്നൂരിലെ നാലാം രാഷ്ട്രീയ സമ്മേളന ത്തിൽ വളണ്ടിയർ (1928), കോഴിക്കോട്ടു നിന്നും പയ്യന്നൂരിലേക്കുള്ള ഉപ്പു സത്യഗ്രഹ ജാഥയിൽ അംഗം (1930), ഗാന്ധിജിയുടെ അറസ്റ്റിനെതുടർന്ന് കണ്ണൂർ വിളക്കുംതറ മൈതാനത്തിലെ പ്രതിഷേധയോഗം — തുടർന്നു അറസ്റ്റ് — കോടതിയിൽ പേർ കേരളീയൻ എന്നു പ്രഖ്യാപിച്ചു. നിസ്സഹ കരണ പ്രസ്ഥാനത്തിൽ പങ്കെടുക്കുകയാൽ കണ്ണൂർ സെൻട്രൽ ജയി ലിൽ തടവ് (1932). നണിയൂരിൽ വിഷ്ണുഭാരതീയൻ പ്രസിഡന്റും കേര ളീയൻ സെക്രട്ടറിയുമായി കർഷകസംഘം രൂപീകരണം (1935). മദ്രാ സിലേക്കുള്ള എ കെ ജിയുടെ പട്ടിണി ജാഥയിലെ അംഗം (1936). ട്രേഡ് യൂണിയൻ പ്രവർത്തനം — കോൺഗ്രസ് സ്പെഷ്യൽ പാർട്ടി അംഗം — പാപ്പിനിശ്ശേരി ഏറോൻ മിൽ, തിരുവണ്ണൂർ കോട്ടൻ മിൽ, ഫറോക് ടൈൽസ് പി കൃഷ്ണപിള്ളയോടൊപ്പം. മലബാർ കർഷകസംഘം, കിസാൻ സംഘ് എന്നിവയുടെ സെക്രട്ടറി. പ്രസിഡന്റ് പി നാരായണൻ നായർ. പൊലീസ് അറസ്റ്റും ഒരു വർഷം ജയിൽ ശിക്ഷയും (1937). അഖി

ലേന്ത്യാ കിസാൻ സഭ, സെൻട്രൽ കൗൺസിലിൽ പലതവണ അംഗം. മദ്രാസിൽ കമ്യൂണിസ്റ്റ് പാർട്ടി പ്രവർത്തകൻ, 1942. അറസ്റ്റ് ചെയ്യപ്പെട്ട് ആലിപ്പൂർ ജയിലിൽ — ഒരുവർഷം. പത്രാധിപർ, *കൃഷിക്കാരൻ* മാസി ക. സി പി ഐ പ്രവർത്തകൻ, 1964 നുശേഷം.

മരണം – 1994 ജൂലായ് 9 അഴീക്കോട്.

ഭാര്യ   : അമ്മിണിഅമ്മ (അദ്ധ്യാപിക, മരണം 1996 ജൂൺ 19)

മക്കൾ   : നീനി, ഉണ്ണി, ചന്ദ്രശേഖരൻ

അനുസ്മരണ

സ്ഥാപനം   : കേരളീയൻ സ്മാരകസമിതി, കോഴിക്കോട് 1995.

ഗ്രന്ഥങ്ങൾ: *കേരളീയൻ സുവനീർ*, സ്മാരകസമിതി.

കേരളീയന്റെ ലേഖനങ്ങൾ, കേരളീയൻ സ്മാരകസമിതി, 1997, പുനഃ പ്രകാശനം 2014.

കെ എ കേരളീയൻ കർഷകർക്കായൊരു ജീവിതം, കെ കെ എൻ കുറുപ്പ്, കേരള സാഹിത്യ അക്കാദമി 2010.

കേരളീയൻ ഒരു വരമൊഴി ചരിത്രം, അനിൽ മാരാത്തു, എഡി. കേര ളീയൻ സ്മാരക സമിതി (2004).